கைகள்

விஜயலஷ்மி சுத்தானந்தம்

அசைவ பிரியாணி வகைகள்
Asaiva Biriyani Vagaigal
Vijayalaxmi Suddhanandham ©

First Edition: November 2014
144 Pages
Printed in India.

ISBN: 978-93-5135-188-7
Title No: Kizhakku 775

Kizhakku Pathippagam
177/103, First Floor,
Ambal's Building, Lloyds Road
Royapettah, Chennai 600 014.
Ph: +91-44-4200-9603

Email : support@nhm.in
Website : www.nhm.in

Kizhakku Pathippagam is an imprint of New Horizon Media Private Limited

This book is sold subject to the condition that it shall not, by way of trade or otherwise, be lent, resold, hired out, or otherwise circulated without the publisher's prior written consent in any form of binding or cover other than that in which it is published and without a similar condition including this the rights under copyright reserved above, no part of this publication may be reproduced, stored in or introduced into a retrieval system, or transmitted in any form or by any means (electronic, mechanical, photocopying, recording or otherwise), without the prior written permission of both the copyright owner and the above-mentioned publisher of this book.

அசைவ பிரியாணி வகைகள்

விஜயலஷ்மி சுத்தானந்தம்

கிழக்கு

உள்ளே...

மட்டன் பிரியாணி

1. பாரம்பரிய மட்டன் பிரியாணி - I 9
2. மட்டன் பிரியாணி - II 10
3. மட்டன் தம் பிரியாணி 12
4. பனீர் மட்டன் பிரியாணி 13
5. மட்டன் மிளகு பிரியாணி 14
6. ஸ்பெஷல் மட்டன் பிரியாணி 15
7. மட்டன் தயிர் பிரியாணி 17
8. கொத்துக் கறி கோஸ் பிரியாணி 18
9. மட்டன் முந்திரி பிரியாணி 19
10. ஆட்டுச் சுவரொட்டி - பனீர் பிரியாணி 20
11. செட்டிநாட்டு ஆட்டுக்கறி பிரியாணி 22
12. டெல்லி தாபா பிரியாணி 23
13. மலபார் மட்டன் பிரியாணி 25
14. மொஹல் மட்டன் பிரியாணி 27
15. ஹைதராபாத் மட்டன் பிரியாணி 28
16. ஹைதராபாத் சிம்பிள் மட்டன் பிரியாணி 30
17. ஆம்பூர் மட்டன் பிரியாணி 31
18. மதுரை ஸ்பெஷல் மட்டன் பிரியாணி 32
19. திருச்சி மட்டன் பிரியாணி 34
20. மகாராஷ்டிர மட்டன் புலாவ் 35
21. கறி கோஃப்தா பிரியாணி 36
22. ஷாகி மட்டன் பிரியாணி 38
23. ஆட்டுக் கறி - தனியா பிரியாணி 40
24. வாழை இலை தம் பிரியாணி 41
25. மட்டன் ஃப்ரைட் ரைஸ் 42
26. கொத்துக் கறி பிரியாணி - I 44
27. கொத்துக்கறி பிரியாணி - II 45
28. கொத்துக்கறி - பனீர் ஃப்ரைட் ரைஸ் 46
29. கொத்துக்கறி - காளான் ஃப்ரைட் ரைஸ் 48

4

30. கொத்துக் கறிப் புலாவ் 49
31. ஆட்டு ஈரல் பிரியாணி 50
32. மொஹல் ஈரல் பிரியாணி 52
33. ஆட்டு ஈரல் - காளான் பிரியாணி 53
34. காலிஃப்ளவர் - மூளை பிரியாணி 54
35. ஆட்டு மண்ணீரல் பிரியாணி 55

சிக்கன் பிரியாணி

36. நாட்டுக்கோழி பிரியாணி 57
37. சீரகச் சம்பா கோழி பிரியாணி 58
38. பாரம்பரிய சிக்கன் பிரியாணி 60
39. மொஹல் சிக்கன் பிரியாணி - I 62
40. மொஹல் சிக்கன் பிரியாணி - II 63
41. சிக்கன் பீஸ் பிரியாணி 65
42. ஆம்பூர் சிக்கன் பிரியாணி 66
43. செட்டிநாட்டு சிக்கன் பிரியாணி 67
44. மலேஷியன் சிக்கன் பிரியாணி 69
45. ஹைதராபாத் சிக்கன் பிரியாணி 70
46. மதுரை சிக்கன் பிரியாணி 72
47. கேரளா அடுக்கு சிக்கன் பிரியாணி 74
48. தேங்காய்ப் பால் சிக்கன் பிரியாணி 74
49. சிக்கன் ஃப்ரைட் ரைஸ் 77
50. பாலக் கீரை - காளான் - சிக்கன் பிரியாணி 78

மீன் பிரியாணி

51. வஞ்சிரம் மீன் பிரியாணி - I 80
52. வஞ்சிரம் மீன் பிரியாணி - II 81
53. கொடுவா மீன் பிரியாணி 82
54. மீன் தொக்கு பிரியாணி 83
55. நண்டு பிரியாணி - I 84

5

56. நண்டு பிரியாணி - II 85
57. நண்டு தொக்கு பிரியாணி 86
58. நண்டு ஃப்ரை பிரியாணி 87
59. இறால் பிரியாணி - I 89
60. இறால் பிரியாணி - II 90
61. இறால் புலாவ் 91
62. இறால் காலிஃப்ளவர் பிரியாணி 92
63. இறால் மொஹல் பிரியாணி 93
64. ஹைதராபாத் இறால் பிரியர்ணி 94
65. டபுள் பீன்ஸ் - இறால் பிரியாணி 96
66. மீன் கோஃப்தா பிரியாணி 97
67. ஹைதராபாத் ஃபிஷ் பிரியாணி 99
68. சுறா புலாவ் 101
69. நண்டு புலாவ் 102
70. நண்டு - இறால் புலாவ் 103
71. மீன் ஃப்ரைட் ரைஸ் 104

முட்டை பிரியாணி

72. பாரம்பரிய முட்டை பிரியாணி 106
73. முட்டை காலி ஃப்ளவர் மசாலா பிரியாணி 107
74. முட்டை கைமா பிரியாணி 108
75. முட்டை ஃப்ரைட் ரைஸ் - I 110
76. முட்டை ஃப்ரைட் ரைஸ் - II 111
77. முட்டை புலாவ் 112
78. முட்டை பட்டாணி புலாவ் 113

சூப்பர் ஸ்பெஷல் பிரியாணிகள்

79. காடை பிரியாணி 114
80. வாத்துக் கறி பிரியாணி 115
81. வான்கோழி பிரியாணி 116
82. செட்டிநாட்டு மிக்ஸ்டு பிரைடு ரைஸ் 117

6

கிரேவி - குருமா - குழம்பு - தொக்கு வகைகள்

83. மட்டன் வெள்ளை குருமா 119
84. தோஞ்சல் சுக்கா கீரைக் குழம்பு 120
85. மட்டன் கிரேவி 121
86. ஆட்டுக் கறிக் குழம்பு - I 122
87. ஆட்டுக் கறிக் குழம்பு - II 123
88. குடல் குழம்பு 124
89. தலைக்கறி குழம்பு 125
90. கொத்துக்கறி காலி ஃப்ளவர் கிரேவி 126
91. மட்டன் கிரேவி 128
92. ஆட்டுக்கால் பாயா 129
93. ஆட்டுக்கறி தொக்கு 130
94. ஆட்டு மூளை மசாலா 131
95. செட்டிநாட்டு கோழிக் குழம்பு 132
96. நெத்திலி மீன் குருமா 132
97. இறால் காய்கறி குருமா 133
98. நண்டு குருமா 134
99. நண்டு மசாலா 135
100. இறால் கிரேவி 136
101. முட்டைக் குழம்பு 137
102. முட்டை குருமா 138

பச்சடி வகைகள்

103. தயிர் பச்சடி 139
104. கேரட் தயிர்ப் பச்சடி 140
105. வெள்ளரிக்காய் தயிர்ப் பச்சடி 140
106. வாழைத் தண்டு தயிர்ப் பச்சடி 140
107. வெள்ளைப் பூசணி தயிர்ப் பச்சடி 141
108. காராபூந்தி தயிர்ப் பச்சடி 142
109. சுட்ட கத்தரிக்காய் பச்சடி 142
110. கத்தரிக்காய் பச்சடி 142

7

சமையல் புத்தகங்களில் சொல்லப்படும்
சமையலுக்கான சில அளவுக் குறிப்புகள்:

❖ ஒரு கப் அளவு என்பது கிட்டத்தட்ட 200 கிராம் - (கொஞ்சம் முன்னே பின்னே இருந்தாலும் தவறில்லை.)
❖ ஒரு ஆழாக்கு என்பதும் கிட்டத்தட்ட 200 கிராம் தான்.
❖ ஒரு டம்ளர் தண்ணீர் என்பது 200 கிராம்
❖ 1 கப் பால் 250 மில்லி
❖ 1 கப் மாவு 125 கிராம்
❖ 1 கப் வெண்ணெய் 250 கிராம்
❖ 1 கப் பிரெட் தூள் - 60 கிராம்

படி கணக்கு:

❖ 1 படி = ஒரு படி என்பது - எட்டு ஆழாக்கு
❖ ஒரு படி என்பது = 8 டம்ளர்
❖ 3/4 படி என்பது = 6 டம்ளர்
❖ 1/2 படி என்பது = 4 டம்ளர்
❖ 1/4 படி என்பது = 2 டம்ளர்

ஸ்பூன் கணக்கு:

❖ 3 டீஸ்பூன்கள் = 1 டேபிள் ஸ்பூன்
❖ 1 டீஸ்பூன் 5 கிராம் லிட்டர்
❖ 1 டேபிள் ஸ்பூன் 3 டீஸ்பூன்
❖ 1 கப் 16 டேபிள் ஸ்பூன்
❖ 1 டீஸ்பூன் சர்க்கரை - 5 கிராம்
❖ 1 டேபிள் ஸ்பூன் கடுகு - 10 கிராம்
❖ 1 டேபிள் ஸ்பூன் மாவு - 8 கிராம்
❖ 1 டேபிள் ஸ்பூன் உப்பு - 15 கிராம்

* பிரியாணிக்கு அரிசி எந்த கப்பில் அளக்கிறீர்களோ, அதே அளவு கப்பில்தான் தண்ணீர் அளந்து ஊற்றவேண்டும். அது கப்பாக இருக்கலாம் அல்லது டம்ளராகவும் இருக்கலாம்.

மட்டன் பிரியாணி

1. பாரம்பரிய மட்டன் பிரியாணி – I

தேவையான பொருள்கள்:

பாஸ்மதி அரிசி - 1/2 கிலோ
ஆட்டுக்கறி - 1/2 கிலோ
இஞ்சி, பூண்டு விழுது - 2 ஸ்பூன்
மஞ்சள் தூள் - 1/2 ஸ்பூன்
மிளகாய்த்தூள் - 1 ஸ்பூன்
தனியாத் தூள் - 1 ஸ்பூன்
கரம் மசாலாத்தூள் - 1 ஸ்பூன்
பெரிய வெங்காயம் - 1
தக்காளி - 1
பச்சை மிளகாய் - 2
கொத்தமல்லித்தழை - ஒரு கைப்பிடி
புதினா - ஒரு கைப்பிடி
எண்ணெய் - 50 கிராம்
நெய் - 2 டேபிள் ஸ்பூன்
கெட்டியான தேங்காய்ப் பால் - 1/4 கப்
உப்பு - தேவையான அளவு

தாளிக்க:

ஏலக்காய் - 2
பட்டை - 2
கிராம்பு - 2
பிரிஞ்சி இலை - 1
சோம்பு - 2 சிட்டிகை

செய்முறை:

❖ முதலில் பாஸ்மதி அரிசியைக் கழுவிச் சுத்தம் செய்து 20 நிமிடம் ஊற வைக்கவும்.

❖ அடுத்ததாக மட்டனைக் கழுவி, மஞ்சள் தூள், சிறிதளவு உப்பு, 1 ஸ்பூன் இஞ்சி பூண்டு விழுது சேர்த்து இரண்டு தம்ளர் தண்ணீரில் குக்கரில் வேக வைத்து இறக்கவும்.

❖ வெங்காயம், தக்காளியை பொடியாக நறுக்கி வைக்கவும். பச்சை மிளகாய் கீறி வைக்கவும்.

❖ பின் வேறொரு குக்கரை அடுப்பில் வைத்து எண்ணெய் + நெய் ஊற்றிக் காய்ந்ததும் ஏலக்காய், பட்டை, கிராம்பு, பிரிஞ்சி இலை, சோம்பு தாளித்து, இஞ்சி, பூண்டு விழுது போட்டு வதக்கவும். பச்சை வாசனை போனதும் வெங்காயத்தைப் போட்டு வதக்கவும். வெங்காயம் நன்கு வதங்கியதும் தக்காளியைப் போட்டு வதக்கவும். கூடவே பச்சை மிளகாய், கொத்தமல்லித்தழை, புதினா சேர்த்து வதக்கவும்.

❖ எல்லாம் நன்கு வதங்கியதும் மிளகாய்த் தூள், தனியாத் தூள், கரம் மசாலாத்தூள் சேர்த்துப் பிரட்டவும். மிளகாய் தூள் நெடி போனதும் ஊற வைத்த அரிசியைச் சேர்த்துக் கிளறவும். பின் வேக வைத்த மட்டனை வெந்த தண்ணீருடன் ஊற்றவும். தேங்காய்ப் பாலையும் சேர்க்கவும். கூடவே தேவைக்கு மேலும் தண்ணீர் ஊற்றவும். (மட்டன் வெந்த தண்ணீர், தேங்காய் பால், எல்லாமாகச் சேர்த்து 5 தம்ளர் தண்ணீர் ஊற்றவும்) தேவையான அளவு உப்பு சேர்த்துக் கிளறி ருசி பார்க்கவும்.

❖ பின் குக்கரை மூடி ஒரு விசில் வந்ததும் இறக்கவும்.

❖ அவ்வளவுதான் சுவையான மட்டன் பிரியாணி ரெடி. மேலே சிறிதளவு நறுக்கிய புதினா, மல்லி தூவி சூடான கத்திரிக்காய் மசாலா கறி, வெங்காய தயிர் பச்சடியுடன் பரிமாறவும்.

2. மட்டன் பிரியாணி II

தேவையான பொருள்கள்:

பாஸ்மதி அரிசி - 1/2 கிலோ

ஆட்டுக்கறி - 1/2 கிலோ

சின்ன வெங்காயம் - 12 அல்லது 15

தக்காளி - 2

பச்சை மிளகாய் - 6

இஞ்சி- பூண்டு விழுது - 2 ஸ்பூன்

கொத்தமல்லித்தழை - ஒரு கைப்பிடி

புதினா - ஒரு கைப்பிடி

மஞ்சள் தூள் - 1/2 ஸ்பூன்

மிளகாய்த் தூள் - 1/2 ஸ்பூன்
தனியாத் தூள் - 1 ஸ்பூன்
கரம் மசாலாத்தூள் - 1 ஸ்பூன்
எண்ணெய் - 50 கிராம்
நெய் - 2 டேபிள் ஸ்பூன்
தேங்காய் - 1 மூடி
உப்பு - தேவையான அளவு

தாளிக்க:
ஏலக்காய் - 2
பட்டை - 2
கிராம்பு - 2
பிரிஞ்சி இலை - 1
சோம்பு - 2 சிட்டிகை

செய்முறை:
- முதலில் பாஸ்மதி அரிசியைக் கழுவிச் சுத்தம் செய்து 20 நிமிடம் ஊற வைக்கவும்.
- அடுத்து மட்டனைச் சுத்தம் செய்து மஞ்சள் தூள், சிறிதளவு உப்பு, பாதி இஞ்சி, பூண்டு விழுது சேர்த்து வேக வைத்துக் கொள்ளவும்.
- வெங்காயம், பச்சை மிளகாய், தக்காளியை நறுக்கி வைக்கவும்.
- தேங்காயைத் துருவி, இரண்டு முறை மூன்று தம்ளர் பால் எடுக்கவும்.
- இதெல்லாம் முடிந்ததும் குக்கரில் எண்ணெய், நெய் ஊற்றிக் காய்ந்ததும் ஏலக்காய், பட்டை, கிராம்பு, பிரிஞ்சி இலை, சோம்பு தாளித்து, இஞ்சி, பூண்டு விழுது போட்டு வதக்கவும். கரம் மசாலாத்தூள் சேர்த்துப் பிரட்டவும்.
- அடுத்து வெங்காயம், தக்காளி, புதினா, மல்லி, பச்சை மிளகாய் சேர்த்து வதக்கி, மிளகாய் தூள், தனியாத் தூள் சேர்த்துப் பிரட்டி மிளகாய் தூள் நெடி போக வதக்கவும்.
- கடைசியாக அரிசியை வடிகட்டிச் சேர்த்து தேவையான அளவு உப்பு சேர்த்து வதக்கவும். கூடவே வெந்த மட்டன் தண்ணீர் + தேங்காய் பால் + தண்ணீர் (எல்லாமாகச் சேர்த்து 5 தம்ளர்) ஊற்றி மட்டனையும் சேர்த்து ஊற்றி ருசி பார்க்கவும்.
- குக்கரை மூடி ஒரு விசில் வரும் வரை வேக வைத்து, இறக்கவும்.

❖ சிறிதளவு கொத்தமல்லித் தழை தூவி மட்டன் பிரியாணியை சூடாகப் பரிமாறவும்.

3. மட்டன் தம் பிரியாணி

தேவையான பொருள்கள்:

பாஸ்மதி அரிசி - 1/2 கிலோ
ஆட்டுக்கறி - 1/2 கிலோ
பெரிய வெங்காயம் - 4
பச்சை மிளகாய் - 6
பூண்டு - 10 பற்கள்
இஞ்சி - 25 கிராம்
கொத்தமல்லித்தழை - 1 கப்
எலுமிச்சை - 1
எண்ணெய் - 50 கிராம்
நெய் - 50 கிராம்
பட்டை - 2
கிராம்பு - 3
ஏலக்காய் - 3
பிரிஞ்சி இலை - 1
உப்பு - தேவையான அளவு

செய்முறை:

❖ முதலில் பாஸ்மதி அரிசியைச் சுத்தம் செய்து, ஐந்து தம்ளர் தண்ணீர் சேர்த்து ஒரு விசில் வரை வைத்து வேக வைக்கவும்.

❖ அடுத்து பெரிய வெங்காயத்தை நீளவாக்கில் நறுக்கவும்.

❖ இஞ்சி, பூண்டு, பச்சை மிளகாய் மூன்றையும் சேர்த்துக் கரகரப்பாக அரைக்கவும்.

❖ அடுத்ததாக குக்கரில் எண்ணெய் + நெய் ஊற்றி, பட்டை, கிராம்பு, ஏலக்காய், பிரிஞ்சி இலையைப் போட்டுத் தாளிக்கவும். பின் வெங்காயம் சேர்த்து வதக்கவும். வெங்காயம் நன்கு வதங்கியதும் இஞ்சி, பூண்டு, பச்சை மிளகாய் விழுது சேர்த்து வதக்கவும். கூடவே கொத்தமல்லித்தழையைப் போடவும்.

❖ எல்லாம் வதங்கியவுடன் மட்டனைச் சேர்த்து வதக்கவும். அதனுடன் எலுமிச்சைச் சாறு சேர்த்து 1 1/2 தம்ளர் தண்ணீர் சேர்த்து வேக விடவும்.

* எல்லாம் நன்கு கொதித்து கிரேவி ரெடியானதும், அதில் சாதத்தைப் போட்டு நன்கு கிளறி ருசி பார்க்கவும்.
* அடுப்பில் தோசைக் கல்லைப் போட்டுச் சிறிது தண்ணீர் ஊற்றி, அடுப்பை சிம்மில் வைத்து பிரியாணி பாத்திரத்தை அதன் மேல் வைக்கவும். பாத்திரம் மூடி இருக்க வேண்டும்.
* சுமார் 15 நிமிடத்திற்குப் பிறகு எடுத்து ஒரு முள் கரண்டியால் கிளறி, சூடாகப் பரிமாறவும்.
* ஜோரான மட்டன் தம் பிரியாணி தயார்.

4. பனீர் மட்டன் பிரியாணி

தேவையான பொருள்கள்:

பாஸ்மதி அரிசி - 1/2 கிலோ
மட்டன் (ஆட்டுக்கறி) - 1/4 கிலோ
பனீர் துண்டுகள் - 1 கப்
இஞ்சி-பூண்டு விழுது - 2 ஸ்பூன்
சின்ன வெங்காயம் - 1/4 கப்
பச்சை மிளகாய் - 4
புதினா - 1/2 கப்
கொத்தமல்லித்தழை - 1/2 கப்
மஞ்சள் தூள் - 1 ஸ்பூன்
மிளகாய்த் தூள் - 1 ஸ்பூன்
பட்டை -2
ஏலக்காய் - 2
கிராம்பு - 2
பிரிஞ்சி இலை - 1
எலுமிச்சை சாறு - 4 ஸ்பூன்
எண்ணெய் - 50 கிராம்
நெய் - 50 கிராம்
உப்பு - தேவையான அளவு

செய்முறை:

* மட்டனைக் கழுவிச் சுத்தம் செய்து குக்கரில் போட்டு கூடவே இஞ்சி பூண்டு விழுது, மஞ்சள் தூள், சிறிது உப்பு சேர்த்து ஒரு தம்ளர் தண்ணீர் ஊற்றி மட்டனை வேக வைத்து எடுத்துக்கொள்ளவும்.

13

- பாஸ்மதி அரிசியைச் சுத்தம் செய்து பத்து நிமிடங்கள் ஊற வைக்கவும்.
- பிறகு அடுப்பில் வாணலி வைத்து கொஞ்சம் எண்ணெய் விட்டு, பனீர்த் துண்டுகளை லேசாக பொன் முறுவலாக வறுத்து எடுக்கவும்.
- அடுத்ததாக அடுப்பில் குக்கர் வைத்து எண்ணெய் + நெய் விட்டுக் காய்ந்ததும், பட்டை, கிராம்பு, ஏலக்காய், பிரிஞ்சி இலை தாளிக்கவும். வெங்காயம், பச்சை மிளகாய், புதினா, கொத்தமல்லி சேர்த்து வதக்கவும்.
- எல்லாம் நன்கு வதங்கியதும் ஊற வைத்த அரிசியை வடிகட்டிச் சேர்க்கவும். அரிசியுடன் வேக வைத்துள்ள மட்டனைக் கொட்டி, ஐந்து தம்ளர் தண்ணீர் ஊற்றி, (மட்டன் வெந்த தண்ணீரையும் சேர்த்து) பனீரையும் தேவையான அளவு உப்பையும் சேர்த்துக் கலந்து குக்கரை மூடி வேக விடவும்.
- இரண்டு விசில் வந்ததும் இறக்கி எலுமிச்சை சாறு கலந்து கொத்தமல்லித்தழை தூவிப் பரிமாறவும்.

5. மட்டன் மிளகு பிரியாணி

தேவையான பொருள்கள்:

பாஸ்மதி அரிசி - 1/2 கிலோ

மட்டன் (ஆட்டுக்கறி) - 1/2 கிலோ

பெரிய வெங்காயம் - 2

தக்காளி - 2

சோம்பு - 1 ஸ்பூன்

பட்டை -2

கிராம்பு -2

ஏலக்காய் - 2

இஞ்சி-பூண்டு விழுது - 2 ஸ்பூன்

தனியாத் தூள் - 2 ஸ்பூன்

மிளகு - 2 ஸ்பூன்

உப்பு - தேவையான அளவு

கொத்தமல்லித்தழை -ஒரு கைப்பிடி

புதினா - ஒரு கைப்பிடி

எண்ணெய் + நெய் - 100 கிராம்

முந்திரி - 10

மஞ்சள் தூள் - 1/2 ஸ்பூன்

செய்முறை:

- ❖ பாஸ்மதி அரிசியைச் சுத்தம் செய்து பத்து நிமிடம் ஊற வைக்கவும்.
- ❖ குக்கரில் கழிவிச் சுத்தம் செய்த மட்டனைப் போட்டு, இஞ்சி பூண்டு விழுது, மஞ்சள் தூள், சிறிது உப்பு சேர்த்து வேக விடவும்.
- ❖ பின் தக்காளி, பட்டை, கிராம்பு, ஏலக்காய், சோம்பு சேர்த்து விழுதாக அரைத்துக்கொண்டு அதனுடன் மிளகாய்த் தூள், மல்லித் தூள் சேர்த்துக் கலந்து வைக்கவும்.
- ❖ அடுத்தபடியாக குக்கரில் எண்ணெய் + நெய் சேர்த்துக் காய்ந்ததும் பிரிஞ்சி இலை சேர்த்துத் தாளித்து, வெங்காயத்தைப் போட்டு வதக்கவும்.
- ❖ வெங்காயம், நன்கு வதங்கியதும் முந்திரி சேர்த்து, கொத்தமல்லி, புதினா சேர்த்து வதக்கி, அரைத்த தக்காளி விழுதைச் சேர்த்து எண்ணெய் பிரியும்வரை வதக்கவும்.
- ❖ எண்ணெய் மேலாகத் திரண்டு கிரேவி பதத்துக்கு வந்ததும் அரிசியைச் சேர்த்து வதக்கி மட்டனைக் கொட்டி, ஐந்து தம்ளர் தண்ணீர் (மட்டன் வெந்த தண்ணீரையும் சேர்த்து), தேவையான அளவு உப்பு சேர்த்து வேக விடவும். மிளகை வெறும் வாணலியில் வறுத்துப் பொடி செய்து அரிசியுடன் சேர்த்துப் போட்டு, இரண்டு விசில் வந்ததும் இறக்கிப் பரிமாறவும்.
- ❖ இந்த மட்டன் பிரியாணி மிளகு வாசனையுடன் நன்றாக இருக்கும்.

6. ஸ்பெஷல் மட்டன் பிரியாணி

தேவையான பொருள்கள்:

பாஸ்மதி அரிசி - 1/2 கிலோ

மட்டன் (ஆட்டுக்கறி) - 1/2 கிலோ

தயிர் - 1 1/2 கப்

பெரிய வெங்காயம் - 6

தக்காளி - 4

பச்சை மிளகாய் - 4

இஞ்சி - 2 அங்குலத் துண்டு

பூண்டு - 15 பற்கள்

கிராம்பு - 6

பட்டை - 2

ஏலக்காய் - 6

கரம் மசாலாத்தூள் - 1 ஸ்பூன்

மிளகாய்த் தூள் - 2 ஸ்பூன்

தனியாத் தூள் - 7 ஸ்பூன்

மஞ்சள் தூள் - 1 ஸ்பூன்

புதினா - ஒரு கைப்பிடி

கொத்தமல்லித்தழை - 1/2 கப்

முந்திரி - 15

எண்ணெய் - 200 கிராம்

நெய் - 100 கிராம்

உப்பு - தேவையான அளவு

செய்முறை:

- *பாஸ்மதி அரிசியைச் சுத்தம் செய்து இரண்டு மணி நேரம் ஊற வைக்கவும்.*
- *பின் ஒரு பாத்திரத்தில் தயிர், உப்பு, மஞ்சள் தூள், மிளகாய்த் தூள், தனியாத் தூள், மசாலாத் தூள், இஞ்சி - பூண்டு விழுது, கொத்த மல்லித்தழை, புதினாவில் பாதி சேர்க்கவும். கூடவே தக்காளியையும் நறுக்கிச் சேர்க்கவும்.*
- *பின் அந்த தயிர் கலவையில் மட்டனைச் சுத்தம் செய்து, ஒருமணி நேரம் ஊற விடவும்.*
- *வெங்காயத்தை நீளவாக்கில் நறுக்கவும்.*
- *குக்கரை அடுப்பில் வைத்து நெய் + எண்ணெய் விட்டு முந்திரிப் பருப்பை வதெ்தெடுத்து தனியே வைக்கவும்.*
- *அதேபோல நறுக்கிய வெங்காயத்தில் பாதியை நன்கு வதக்கி, தனியாக எடுத்து வைக்கவும்.*
- *அடுத்து அதே எண்ணெயில் பட்டை, கிராம்பு, ஏலக்காய் தாளித்து மீதியுள்ள வெங்காயம், நறுக்கிய பச்சை மிளகாய், மீதமுள்ள புதினா சேர்த்து நன்கு வதக்கி கடைசியாக அரிசியைப் போடவும்.*
- *மற்றொரு வாணலியில் மீதியிருக்கும் எண்ணெய், நெய் ஊற்றித் தயிர் கலவையில் ஊறும் அனைத்தையும் போட்டு, எண்ணெய் பிரியும் வரை வதக்கவும். 3/4 பாகம் வெந்தவுடன் அதை அரிசியுடன் சேர்க்கவும்.*
- *பின்பு ஒரு பங்கு அரிசிக்கு 2 பங்கு தண்ணீர் வீதம் ஊற்றி, உப்பு ருசி பார்த்து வேக விடவும்.*
- *இரண்டு விசில் வந்ததும் இறக்கவும். பரிமாறும் முன் வறுத்த முந்திரி, தனியே வதக்கி வைத்துள்ள வெங்காயம் சேர்த்துக் கிளறி பரிமாறவும்.*

7. மட்டன் தயிர் பிரியாணி

தேவையான பொருள்கள்:

பாஸ்மதி அரிசி - 1/2 கிலோ
மட்டன் (ஆட்டுக்கறி) - 1/2 கிலோ
தயிர் - 1 கப்
பெரிய வெங்காயம் - 3
பச்சை மிளகாய் - 6
கொத்தமல்லித்தழை - 1 கப்
மிளகாய்த் தூள் - 2 ஸ்பூன்
தனியாத் தூள் - 2 ஸ்பூன்
மஞ்சள் தூள் - 1/2 ஸ்பூன்
சீரகம் - 1 ஸ்பூன்
உப்பு - தேவையான அளவு
பட்டை - 2
கிராம்பு - 2
ஏலக்காய் - 2
பிரிஞ்சி இலை - 1
தேங்காய்த் துருவல் - 1 கப்
முந்திரி - 10
எண்ணெய் - 200 கிராம்
நெய் - 50 கிராம்

செய்முறை:

❖ பாஸ்மதி அரிசியைக் குழையாமல் வேக விட்டு எடுத்துக்கொள்ளவும்.

❖ பின் கழுவிச் சுத்தம் செய்த மட்டனில் தயிர், உப்பு, மஞ்சள் தூள் கலந்து இரண்டு மணி நேரம் ஊற வைக்கவும்.

❖ அடுத்ததாக சீரகம், பச்சை மிளகாய் சேர்த்து அரைத்து அதனுடன் மிளகாய்த்தூள், தனியாத் தூள் கலந்து வைக்கவும்.

❖ பிறகு அடுப்பில் குக்கர் வைத்து எண்ணெய் + நெய் ஊற்றிக் காய்ந்ததும் பட்டை, கிராம்பு, ஏலக்காய், பிரிஞ்சி இலை போட்டுத் தாளித்து நறுக்கிய வெங்காயத்தைப் போட்டு பொன்னிறமாக வதக்கவும்.

❖ வதங்கிய வெங்காயத்துடன் ஊற வைத்த மட்டன் துண்டுகளைப் போட்டு எண்ணெய் பிரியும் வரை வதக்கவும். பின் அரைத்த ப. மிளகாய், சீரக மசாலாவைப் போட்டு நன்கு வதக்கி, உப்பு சேர்த்துத் தேவையான தண்ணீர் சேர்த்து வேக விடவும்.

- ❖ குழம்பு கொதித்து மட்டன் வெந்ததும் தேங்காய்த் துருவலை முந்திரி சேர்த்து விழுதாக மழமழவென்று அரைத்து குழம்பில் சேர்க்கவும்.
- ❖ குழம்பு மேலும் கொதித்து கெட்டியானதும் வெந்த சாதத்தைப் போட்டு நன்கு கிளறவும்.
- ❖ கொத்தமல்லித்தழை தூவிப் பரிமாறவும்.
- ❖ சுவையான மட்டன் தயிர் பிரியாணி ரெடி.

8. கொத்துக் கறி கோஸ் பிரியாணி

தேவையான பொருள்கள்:

பாஸ்மதி அரிசி - 1/2 கிலோ
ஆட்டுக் கொத்துக் கறி - 1/4 கிலோ
கோஸ் - 1/4 கிலோ
பெரிய வெங்காயம் - 2
தக்காளி - 1
பச்சை மிளகாய் - 4
இஞ்சி - பூண்டு விழுது - 2 ஸ்பூன்
சோம்பு - 1 டீ ஸ்பூன்
பட்டை - 2
கிராம்பு - 2
ஏலக்காய் - 2
எண்ணெய் - 100 கிராம்
நெய் - 50 கிராம்
மஞ்சள் தூள் - 1/2 ஸ்பூன்
மிளகாய்த் தூள் - 1 ஸ்பூன்
புதினா - 1/2 கப்
கொத்தமல்லித்தழை - 1/2 கப்
உப்பு - தேவையான அளவு

செய்முறை:

- ❖ பாஸ்மதி அரிசியைச் சுத்தம் செய்து அரை மணி நேரம் ஊற வைக்கவும்.
- ❖ பின் கொத்துக் கறியைச் சுத்தம் செய்து மஞ்சள், சிறிதளவு உப்பு சேர்த்து வேக வைத்துக் கொள்ளவும்.
- ❖ அடுத்து கோஸ், வெங்காயம், தக்காளியை பொடியாக நறுக்கிக் கொள்ளவும். பச்சை மிளகாயை, சோம்பு சேர்த்து விழுதாக அரைத்து வைக்கவும்.

❖ பிறகு குக்கரில் எண்ணெய் + நெய் விட்டுக் காய்ந்ததும், பட்டை, கிராம்பு, ஏலக்காய் தாளிக்கவும். கோஸ், வெங்காயம், தக்காளி, இஞ்சி, பூண்டு விழுது, பச்சை மிளகாய் விழுது, புதினா, கொத்தமல்லி சேர்த்து வதக்கவும்.

❖ எல்லாம் நன்கு வதங்கியதும், அரிசி, மிளகாய்த் தூள், தேவையான அளவு உப்பு சேர்த்து வதக்கவும். கூடவே வேகவைத்துள்ள கொத்துக் கறியைச் சேர்க்கவும். கொத்துக்கறி வெந்த தண்ணீருடன் சேர்த்து ஐந்து தம்ளர் தண்ணீரை அரிசியில் ஊற்றவும். குக்கரை மூடி இரண்டு விசில் வரை வேக வைத்து இறக்கவும்.

❖ ருசியான கொத்துக்கறி கோஸ் பிரியாணி ரெடி. கொத்தமல்லித்தழை தூவி சுடச் சுட பரிமாறவும்.

9. மட்டன் முந்திரி பிரியாணி

தேவையான பொருள்கள்:

பாஸ்மதி அரிசி - 1/2 கிலா
ஆட்டுக்கறி - 1/2 கிலோ
மிளகாய்த்தூள் - 3 ஸ்பூன்
தனியாத் தூள் - 3 ஸ்பூன்
இஞ்சி - பூண்டு விழுது - 2 ஸ்பூன்
மஞ்சள் தூள் - 1/2 ஸ்பூன்
உப்பு - தேவையான அளவு
எண்ணெய் - 100 கிராம்
நெய் - 100 கிராம்
கொத்தமல்லித்தழை - 1/4 கப்
புதினா - ஒரு கைப்பிடி
பச்சை மிளகாய் - 2
சோம்பு - 1 ஸ்பூன்
பிரிஞ்சி இலை - 2
பட்டை - 2
லவங்கம் - 2
முந்திரி - 100 கிராம்
தேங்காய்ப் பால் - 2 கப்

செய்முறை:

❖ பாஸ்மதி அரிசியைச் சுத்தம் செய்து, பத்து நிமிடங்கள் ஊற வைக்கவும்.

❖ பின் குக்கரில் நெய் விட்டுக் காய்ந்ததும் பிரிஞ்சி இலை தாளித்து, பச்சை மிளகாய் நறுக்கிச் சேர்த்து வதக்கவும். கூடவே புதினா, கொத்தமல்லி, பாஸ்மதி அரிசியையும் சேர்த்து வதக்கவும்.

❖ அடுத்து தேங்காய்ப் பாலுடன் சேர்த்து ஐந்து தம்ளர் தண்ணீர் அளவாக எடுத்து அரிசியுடன் ஊற்றி, தேவையான உப்பு சேர்த்து இரண்டு விசில் வைத்து இறக்கவும்.

❖ அடுத்த கட்டமாக மட்டனைச் சிறு துண்டுகளாக நறுக்கி, சுத்தம் செய்யவும்.

❖ சோம்பைத் தூளாக்கவும்.

❖ பின் வேறொரு குக்கரில் சிறிதளவு எண்ணெய் ஊற்றி சோம்புத் தூள், இஞ்சி, பூண்டு விழுது போட்டு வதக்கி, பச்சை வாசனை போனதும் மட்டன் சேர்த்து வதக்கவும். மட்டன் வதங்கியதும் அதனுடன் மிளகாய்த் தூள், மஞ்சள் தூள், உப்பு போட்டு, ஒரு தம்ளர் தண்ணீர் ஊற்றி, பத்து விசில் விட்டு இறக்கவும்.

❖ கடைசியாக வாணலியில் எண்ணெய் ஊற்றி முந்திரிப் பருப்பை இளஞ்சிவப்பாக வறுத்து எடுக்கவும். மீதி எண்ணெயில் பட்டை, கிராம்பு தட்டிப் போட்டு வெந்த கறியைச் சேர்த்துச் சுருள வதக்கி இறக்கவும்.

❖ பின் குக்கரைத் திறந்து வெந்த சாதத்தில் வறுத்த கறி, முந்திரி சேர்த்து நன்கு கிளறி ஐந்து நிமிடம் தம் போட்டு பரிமாறவும்.

❖ சூப்பரான மட்டன் முந்திரி பிரியாணி ரெடி.

10. ஆட்டுச் சுவரொட்டி – பனீர் பிரியாணி

தேவையான பொருள்கள்:

பாஸ்மதி அரிசி - 1/2 கிலோ

ஆட்டுச் சுவரொட்டி - 1/4 கிலோ

பனீர் - 1 கப்

வெங்காயம் - 2

தக்காளி - 2

பச்சை மிளகாய் - 2

பட்டர் பீன்ஸ் விதை - 1/2 கிலோ

இஞ்சி - பூண்டு விழுது - 2 ஸ்பூன்

புதினா - 1/2 கப்

கொத்தமல்லித்தழை - 1/2 கப்

மிளகாய்த் தூள் - 1 ஸ்பூன்
மஞ்சள் தூள் - 1 ஸ்பூன்
மிளகுத் தூள் - 1/2 ஸ்பூன்
பட்டை -2
கிராம்பு - 2
ஏலக்காய் - 2
பிரிஞ்சி இலை - 2
எண்ணெய் - 100 கிராம்
நெய் - 50 கிராம்
உப்பு - தேவையான அளவு
தேங்காய்ப் பால் - 1 கப் (கெட்டியாக)

செய்முறை:

❖ அரிசியைக் கழுவி, சுத்தம் செய்து பத்து நிமிடங்கள் ஊற வைக்கவும்.
❖ பட்டர் பீன்ஸ் விதையை முதல் நாள் இரவே ஊற வைத்து மறுநாள் தோலை நீக்கி வைக்கவும்.
❖ பிறகு ஆட்டுச்சுவரொட்டியைச் சுத்தம் செய்து, துண்டுகளாக்கி மிளகுத் தூள், உப்பு, சிறிது மஞ்சள் தூள் சேர்த்துப் பிசறி வைக்கவும்.
❖ வெங்காயம், தக்காளி, பச்சை மிளகாய்களை நறுக்கிக்கொள்ளவும்.
❖ பனீரை எண்ணெயில் பொறித்து எடுத்து வைக்கவும்.
❖ இவையெல்லாம் முடிந்ததும் குக்கரில் எண்ணெய் + நெய் விட்டு மசாலாப் பொருள்களைத் தாளிக்கவும். வெங்காயம், தக்காளி, பச்சை மிளகாய் சேர்த்து வதக்கவும். பிறகு பட்டர் பீன்ஸ், புதினா, கொத்தமல்லி, சுவரொட்டி சேர்த்து வதக்கவும். கடைசியாக அரிசி சேர்த்து, தேவையான அளவு உப்பையும் சேர்க்கவும்.
❖ அத்துடன் தேங்காய்ப் பாலுடன் சேர்த்து ஐந்து தம்ளர் தண்ணீர் சேர்த்து, இரண்டு விசில் வைத்து இறக்கவும்.
❖ பத்து நிமிடங்கள் கழித்து குக்கர் திறந்து எண்ணெயில் பொறித்தெடுத்த பனீர் துண்டுகளைச் சேர்த்துக் கிளறவும். மேலும் பத்து நிமிடங்கள் கழித்துப் பரிமாறவும்.
❖ அட்டகாசமான ஆட்டுச் சுவரொட்டி - பனீர் பிரியாணி ரெடி.

11. செட்டிநாட்டு ஆட்டுக்கறி பிரியாணி

தேவையான பொருள்கள்:

சீரகச் சம்பா அரிசி - 1/2 கிலோ
ஆட்டுக்கறி - 1/2 கிலோ
பெரிய வெங்காயம் - 4
சின்ன வெங்காயம் - 1 கப்
தக்காளி - 3
பச்சை மிளகாய் - 5
இஞ்சி - 2 பெரிய துண்டு
பூண்டு - 20 பற்கள்
பட்டை - 2
கிராம்பு - 3
ஏலக்காய் - 4
ஜாதிக்காய் - பாதி
பிரிஞ்சி இலை - 1
சோம்பு - 1 ஸ்பூன்
மிளகாய்த் தூள் - 1 ஸ்பூன்
கரம் மசாலாத்தூள் - 1/2 ஸ்பூன்
மஞ்சள் தூள் - 1/2 ஸ்பூன்
தயிர் - 1/2 கப்
தேங்காய்த் துருவல் - 2 கப்
முந்திரிப் பருப்பு - 10
எலுமிச்சை - 1
புதினா - 1 கப்
கொத்தமல்லித்தழை - 1 கப்
நெய் + எண்ணெய் - 200 கிராம்
உப்பு - தேவையான அளவு

செய்முறை:

❖ அரிசியை ஊறவைக்கவும்.
❖ மட்டனைச் சுத்தம் செய்து, அதில் மஞ்சள் தூள், 1/4 கப் தயிர், கரம் மசாலாத்தூள், உப்பு சிறிது சேர்த்து குக்கரில் 5 விசில் வரை வேக வைத்து இறக்கவும்.

- பின் வாணலியில் நெய் விட்டு, பட்டை, கிராம்பு, ஏலக்காய், ஜாதிக்காயில் பாதியை எடுத்துக்கொண்டு வறுத்து, விழுதாக அரைத்துக்கொள்லவும்.
- பெரிய வெங்காயம், சின்ன வெங்காயத்தை நீளவாக்கில் நறுக்கவும். பச்சை மிளகாயைக் கீறிக்கொள்ளவும். பூண்டை நசுக்கி வைக்கவும்.
- அடுத்து தேங்காய்த் துருவல், முந்திரிப்பருப்பு, இஞ்சி மூன்றையும் சேர்த்து அரைத்து, 4 கப் பால் எடுத்து வைக்கவும்.
- கடைசியாக அடுப்பில் ஒரு பெரிய பாத்திரத்தை வைத்து எண்ணெய் - நெய் ஊற்றிக் காய்ந்ததும் மீதமுள்ள பட்டை, கிராம்பு, சோம்பு, பிரிஞ்சி இலை சேர்த்துத் தாளிக்கவும். வெங்காயம், பச்சை மிளகாயைச் சேர்த்து வதக்கவும். நசுக்கிய பூண்டைச் சேர்க்கவும்.
- எல்லாம் நன்கு வதங்கியதும் அரைத்த பட்டை, கிராம்பு, ஜாதிக்காய் கலவையைச் சேர்க்கவும். மிளகாய்த்தூள் சேர்த்து வதக்கவும். தக்காளியையும் சேர்க்கவும். தக்காளி நன்றாக வதங்கி கூழாகக் கரைந்ததும் தயிர் சேர்த்துக் கிளறவும்.
- பின் அதனுடன் மட்டன் வேக வைத்த தண்ணீர், தேங்காய்ப்பால் எல்லாமாகச் சேர்த்து 5 கப் வருமாறு தண்ணீர் அளந்து ஊற்றவும். தேவையான அளவு உப்பு, புதினா, கொத்தமல்லி இலை சேர்த்துக் கொதிக்கவிடவும்.
- தண்ணீர் தளதளத்து கொதிக்க ஆரம்பித்தவுடன், ஊற வைத்த அரிசியைச் சேர்க்கவும்.
- அரிசி பாதி வெந்தவுடன், மட்டனைச் சேர்க்கவும். பாதி எலுமிச்சையைப் பிழிந்துவிடவும்.
- பிரியாணி வெந்தவுடன், அடுப்பை சிம்மில் வைத்து கனமான தட்டை வைத்து மூடி வைக்கவும்.
- பத்து நிமிடங்களுக்குப் பிறகு பரிமாறவும்.
- ஜோரான ருசியுடன் கமகமக்கும் வாசத்துடன் செட்டிநாட்டு ஆட்டுக்கறி பிரியாணி ரெடி.

12. டெல்லி தாபா பிரியாணி

தேவையான பொருள்கள்:

ஆட்டுக்கறி - 1/4 கிலோ

பாஸ்மதி அரிசி - 2 கப்

வெங்காயம் - 2

தக்காளி - 2

உருளைக் கிழங்கு - 1
பப்பாளி - 4 துண்டுகள்
பச்சை மிளகாய் - 2
இஞ்சி - பூண்டு விழுது - 2 ஸ்பூன்
மஞ்சள் தூள் - 1/2 ஸ்பூன்
மிளகாய்த்தூள் - 1 ஸ்பூன்
தனியாத் தூள் - 1/2 ஸ்பூன்
சீரகத்தூள் - 1/4 ஸ்பூன்
சோம்புத்தூள் - 1/4 ஸ்பூன்
கரம் மசாலாத் தூள் - 1/2 ஸ்பூன்
கருஞ்சீரகம் - 1/2 ஸ்பூன்
முந்திரி - 10
திராட்சை - 10
தேங்காய்ப் பால் - 1 கப்
ஏலக்காய் -3
கிராம்பு - 3
பிரியாணி இலை - 2
எலுமிச்சை - 1
நெய் - 50 கிராம்
எண்ணெய் - 200 கிராம்
உப்பு - தேவையான அளவு
ஆரஞ்சு ஃபுட் கலர் - சிறிது

செய்முறை:

❖ மட்டனைச் சுத்தம் செய்துகொள்ளவும். அரிசியை அரை மணி நேரம் ஊற விடவும்.

❖ பின் மட்டனில் இஞ்சி - பூண்டு விழுது, சீரகத்தூள், கரம் மசாலாத் தூள், மஞ்சள் தூள், மிளகாய்த்தூள், தனியாத்தூள், சோம்புத்தூள் சேர்த்து அரை மணி நேரம் ஊறவிடவும்.

❖ அடுத்து குக்கரில் ஒரு பாத்திரத்தில் தண்ணீர் வைத்து, அதில் பிரியாணி இலை 1, கிராம்பு 2, ஏலக்காய் 2, கருஞ்சீரகம் போட்டு, அரிசியையும் போட்டு, ஒரு விசில் வரை வேக விட்டு எடுக்கவும்.

❖ பிறகு ஒரு வாணலியில் சிறிது நெய் விட்டு, முந்திரி, திராட்சையை வறுத்துத் தனியே வைக்கவும். அதே வாணலியில் ஒரு வெங்காயத்தை நறுக்கிப் பொன்னிறமாகப் பொரித்து தனியாக வைக்கவும்.

❖ மீண்டும் குக்கரில் நெய், எண்ணெய் சேர்த்துச் சூடாக்கி, மீதி கிராம்பு, ஏலக்காய், பிரியாணி இலை சேர்த்துப் பொரிக்கவும். அதில் பச்சை மிளகாய், வெங்காயம், தக்காளி சேர்த்து நன்கு வதக்கவும். உருளைக் கிழங்கைத் தோல் சீவி, துண்டுகளாக்கிப் போடவும். ஊற வைத்துள்ள ஆட்டுக்கறியையும் குக்கரில் கொட்டி, உப்பு சேர்த்து நன்கு வதக்கவும். பின் குக்கரை மூடி, 4 விசில் வரும்வரை வேக வைத்து இறக்கவும்.

❖ அடுத்தாக குக்கரைத் திறந்து கறி, உருளையுடன் பப்பாளித் துண்டுகளைப் போட்டு, சற்று நேரம் கொதிக்க வைக்கவும்.

❖ பின் ஒரு வாய் அகன்ற பாத்திரத்தில் சிறிது நெய் தடவி, அதன் மீது பாதி முந்திரி, திராட்சை, வறுத்து வைத்த வெங்காயத்தைப் பரப்பவும்.

❖ முந்திரியின் மீது கறிக் கலவையை ஊற்றவும். அதன் மீது சாதத்தைப் பரப்பவும். தேங்காய்ப்பாலில் ஃபுட் கலர் கலந்து, அந்த சாதத்தின் மீது ஊற்றவும். எலுமிச்சை சாற்றைச் சாதத்தின் மீது விட்டு, மீதி உள்ள முந்திரி, திராட்சை, வெங்காயத்தைப் பரப்பி, பாத்திரத்தைப் பெரிய தட்டால் மூடவும்.

❖ மிதமான தீயில் 15 நிமிடங்கள் வைத்து வேக விடவும்.
❖ கொத்தமல்லி இலைகளைத் தூவி சூடாகப் பரிமாறவும்.

13. மலபார் மட்டன் பிரியாணி

தேவையான பொருள்கள்:

மட்டன் (ஆட்டுக்கறி) - 1/2 கிலோ
பாஸ்மதி அரிசி - 1/2 கிலோ
பெரிய வெங்காயம் - 4
தக்காளி - 4
பச்சை மிளகாய் - 10
இஞ்சி - ஒரு அங்குல பெரிய துண்டு
பூண்டு - 20 பற்கள்
முந்திரி - 25
காய்ந்த திராட்சை - 20
நெய் - 5 ஸ்பூன்
மஞ்சள் தூள் - 1/2 ஸ்பூன்
கசகசா - 2 ஸ்பூன்
துருவிய தேங்காய் - 1/2 கப்
தயிர் - 1/2 கப்
மிளகாய்த் தூள் - 2 ஸ்பூன்

கரம் மசாலாத் தூள் - 1 ஸ்பூன்
எலுமிச்சை சாறு - 1 மூடி
புதினா - 1/2 கப்
கறிவேப்பிலை - சிறிது
எண்ணெய் - 100 கிராம்
உப்பு - தேவையான அளவு

செய்முறை:

- அரிசியைச் சுத்தம் செய்யவும். பின் ஒரு குக்கரில் நெய் சேர்த்து அரிசியை வறுத்து, 5 தம்ளர் தண்ணீர் சேர்த்து, ஒரு விசில் வரை வேக வைத்து இறக்கவும்.
- அடுத்தபடியாக மட்டனைச் சுத்தம் செய்து, பெரிய துண்டுகளாக நறுக்கவும்.
- வெங்காயத்தை நீளவாக்கில் நறுக்கவும்.
- பச்சை மிளகாய், இஞ்சி - பூண்டை விழுதாக அரைக்கவும். தேங்காய்த் துருவலுடன் கசகசாவைச் சேர்த்து அரைக்கவும்.
- இதெல்லாம் ரெடியானதும் குக்கரில் எண்ணெயை ஊற்றிக் காய்ந்ததும், முக்கால் பங்கு வெங்காயத்தைப் போட்டு நன்றாக வதக்கவும். இஞ்சி, பூண்டு, பச்சை மிளகாய் விழுதைச் சேர்த்து வதக்கவும். மிளகாய்த் தூள், மஞ்சள் தூள், கரம் மசாலாத் தூளைச் சேர்க்கவும்.
- எல்லாம் வதங்கி பச்சை வாசனை போனதும் தக்காளியைச் சேர்த்து வதக்கவும். தக்காளி கூழாக வதங்கியதும் மட்டனைச் சேர்த்துக் கிளறி வதக்கவும். கூடவே தயிரைச் சேர்த்து, உப்பு போடவும். குக்கரை மூடி சுமார் 15 நிமிடம் வேக வைக்கவும்.
- அதன் பிறகு குக்கரைத் திறந்து கசகசா, தேங்காய்க் கலவையை ஊற்றிக் மேலும் கொதிக்கவிட்டு கிரேவியை இறக்கவும்.
- அடுத்து மீதமுள்ள வெங்காயம், திராட்சையை நெய்யில் வறுக்கவும். முந்திரியைப் பொன்னிறமாக வறுக்கவும்.
- பிறகு பெரிய பாத்திரத்தில் வேகவைத்த சாதத்தைச் சிறிதளவு போட்டு, அதனுடன் சிறிதளவு கறிவேப்பிலை, புதினா, வதக்கிய வெங்காயம், முந்திரி, திராட்சையைப் பரவலாகக் கொட்டவும். எலுமிச்சை சாற்றை விடவும். அதன் மேல் வேக வைத்த மட்டன் கிரேவியை ஊற்றி மட்டனைப் பரவலாக அடுக்கவும்.
- அடுத்து மீண்டும் சிறிதளவு சாதத்தைப் போட்டுப் பரப்பவும். மேலே மட்டன் கிரேவியை பரப்பவும். இதுபோல ஒன்றன்மீது ஒன்றாக 3 அடுக்குகளாக அடுக்கவும்.

❖ பிறகு அதை 'தம்' கட்டி 10 நிமிடம் வைக்கவும். பிறகு சுடச் சுட பரிமாறவும்.

14. மொஹல் மட்டன் பிரியாணி

தேவையான பொருள்கள்:

பாஸ்மதி அரிசி - 1/2 கிலோ
மட்டன் (ஆட்டுக்கறி) - 1/2 கிலோ
இஞ்சி - 50 கிராம்
பூண்டு - 50 கிராம்
பெரிய வெங்காயம் - 4
தக்காளி - 4
பச்சைமிளகாய் - 5
புதினா - 1/2 கப்
கொத்தமல்லித்தழை - 1/2 கப்
மிளகாய்த்தூள் - 1 ஸ்பூன்
தனியாத்தூள் - 2 ஸ்பூன்
தயிர் - 1 கப்
எலுமிச்சை - 1
எண்ணெய் - 100 கிராம்
நெய் - 100 கிராம்
பட்டை - 4
கிராம்பு - 4
ஏலக்காய் - 5
உப்பு - தேவையான அளவு
சிவப்பு கலர் - 2 சிட்டிகை

செய்முறை:

❖ பாஸ்மதி அரிசியைச் சுத்தம் செய்து, ஊற வைக்கவும்.
❖ மட்டனைத் துண்டுகளாக்கி கழுவிச் சுத்தம் செய்யவும்.
❖ இஞ்சி-பூண்டு அரைக்கவும்.
❖ மிளகாய்த்தூள், தனியாத்தூள், பட்டை 2, கிராம்பு 2, ஏலக்காய் 2 சேர்த்து அரைத்து வைக்கவும்.
❖ வெங்காயம், தக்காளி, பச்சை மிளகாயை நறுக்கிக் கொள்ளவும்.

❖ ஒரு பாத்திரத்தில் எண்ணெய், நெய் இரண்டையும் ஊற்றி நன்கு காய்ந்ததும் பட்டை, கிராம்பு, ஏலக்காய் போட்டுத் தாளிக்கவும். இஞ்சி, பூண்டு விழுதைச் சேர்த்து, பச்சை வாசனை போகும் வரை நன்கு வதக்கவும். பின் மட்டனைச் சேர்த்து நன்கு கிளறவும். சிறிதளவு உப்பு சேர்த்து, 5 நிமிடங்கள் வேக வைக்கவும்.

❖ பின் மட்டனுடன் அரைத்து வைத்த மசாலாவைப் போட்டுக் கலக்கவும். கூடவே வெங்காயம், பச்சைமிளகாய் சேர்த்து நன்கு வதக்கவும். தக்காளி, புதினா, கொத்தமல்லி சேர்த்துக் கிளறி வதக்கவும். அடுத்து இதனுடன் தயிரைச் சேர்த்து நன்கு கிளறி, சிறிது தண்ணீர் விட்டு வேக விடவும்.

❖ மட்டன் முக்கால் பாகம் வெந்ததும், 6 தம்ளர் தண்ணீர் சேர்க்கவும். தேவையான அளவு உப்பு, கலர் பவுடர், எலுமிச்சை சாறு சேர்த்து நன்கு கிளறி கொதிக்க விடவும். கலவை கொதித்து முதல் கொதி வந்ததும் அரிசியைப் போட்டுக் கிளறி விடவும்.

❖ சாதம் முக்கால் பாகம் வெந்ததும், மூடி போட்டு அதன் மேல் ஒரு பாத்திரத்தில் தண்ணீர் ஊற்றி தம் போடவும்.

❖ தீயைக் குறைத்து வைக்கவும். கால் மணி நேரம் கழித்து எடுத்து, பரிமாறவும்.

❖ அமர்க்களமான மொஹல் மட்டன் பிரியாணி ரெடி.

15. ஹைதராபாத் மட்டன் பிரியாணி

தேவையான பொருள்கள்:

பாஸ்மதி அரிசி - 1/2 கிலோ
மட்டன் (ஆட்டுக்கறி) - 1/2 கிலோ
பெரிய வெங்காயம் - 4
பச்சை மிளகாய் - 2
இஞ்சி-பூண்டு விழுது - 2 ஸ்பூன்
மிளகாய்த்தூள் - 1 ஸ்பூன்
தயிர் - 1/2 கப்
புதினா - 1/2 கப்
கொத்தமல்லித்தழை - 1/2 கப்
பட்டை - 2
கிராம்பு - 3
பிரிஞ்சி இலை - 2
ஏலக்காய் - 2

28

நெய் - 50 கிராம்
எண்ணெய் - 100 கிராம்
எலுமிச்சை சாறு - 1 ஸ்பூன்
சூடான பால் - 2 ஸ்பூன்
குங்குமப்பூ - சிறிது
முந்திரி - 10
உப்பு - தேவையான அளவும்
மசாலா தயாரிக்க
மிளகாய்த் தூள் - 1 ஸ்பூன்
தனியாத்தூள் - 1 ஸ்பூன்
காய்ந்த வெந்தயக் கீரை (கசூரி மேத்தி) - 1 ஸ்பூன்
பட்டை - 1
கிராம்பு - 2
ஏலக்காய் - 4
பிரியாணி இலை - 2
ஜாதிபத்திரி - 1
மிளகு - 1/4 ஸ்பூன்
சீரகம் - 1/2 ஸ்பூன்

செய்முறை:

❖ முதலில் பாஸ்மதி அரிசியைக் கழுவிச் சுத்தம் செய்து 20 நிமிடம் ஊற வைக்கவும்.

❖ அடுத்து மட்டனைச் சுத்தம் செய்யவும்.

❖ பின் பெரிய வெங்காயத்தையும் பச்சை மிளகாயையும் நீளவாக்கில் நறுக்கவும்.

❖ நறுக்கிய வெங்காயத்தைப் பொன்னிறமாகப் பொரித்து எடுக்கவும். முந்திரியை வறுத்து தனியே வைக்கவும்.

❖ அடுத்து மசாலா தயாரிக்கக் கொடுத்துள்ள பொருள்களுடன் பொரித்த வெங்காயம் சிறிது சேர்த்து, நன்றாகப் பொடித்து வைக்கவும்.

❖ இதற்கடுத்து மட்டனில் மசாலாத்தூள், மிளகாய்த்தூள், நறுக்கிய பச்சை மிளகாய், தயிர், உப்பு சேர்த்துப் பிசைந்து ஒரு மணி நேரம் ஃப்ரிட்ஜில் ஊற வைக்கவும்.

❖ அடுத்தபடியாக ஒரு பெரிய பாத்திரத்தில் தண்ணீர் கொதிக்க வைக்கவும். அதில் பட்டை, கிராம்பு, ஏலக்காய், பிரியாணி இலை, தேவையான உப்பு சேர்க்கவும். பின் அரிசியையும் போட்டு, முக்கால் பதத்தில் வடித்து, ஒரு அகலமான தட்டில் உதிர்த்து வைக்கவும்.

- பிறகு குக்கரில் எண்ணெய் 2 ஸ்பூன் ஊற்றிக் காய்ந்ததும், இஞ்சி-பூண்டு விழுது சேர்த்து வதக்கி, கொத்தமல்லி, புதினா சேர்த்து வதக்கவும். பின் ஊற வைத்த மட்டனைச் சேர்த்து, நான்கு விசில் வரை வைத்து இறக்கவும்.
- சூடான பாலில் குங்குமப் பூவைக் கரைக்கவும்.
- ஓர் அகலமான பாத்திரத்தில் மட்டன் கலவையைப் பாதியளவு பரப்பவும். அதன் மீது சாதத்தில் பாதியைப் பரப்பவும். சாதத்தின் மீது நெய் ஊற்றி, பாதி வறுத்த முந்திரி, பொரித்த வெங்காயத்தைச் சேர்க்கவும்.
- அடுத்து மீண்டும் மட்டன் கலவையைப் பரப்பவும். அதன் மீது சாதத்தைப் பரப்பி, நெய் ஊற்றி, மீதி இருக்கும் முந்திரி, வெங்காயத்தைச் சேர்க்கவும். குங்குமப்பூ கரைசலை ஊற்றவும்.
- இதைக் கனமான மூடி போட்டு மூடி, சிறு தீயில் பத்து நிமிடங்கள் வைத்து இறக்கவும்.

16. ஹைதராபாத் சிம்பிள் மட்டன் பிரியாணி

தேவையான பொருள்கள்:

பாஸ்மதி அரிசி - 1/2 கிலோ

மட்டன் (ஆட்டுக்கறி) - 1/2 கிலோ

பெரிய வெங்காயம் - 2

பச்சை மிளகாய் - 6

இஞ்சி - 1 பெரிய துண்டு

பூண்டு - 10 பற்கள்

புதினா - 1/2 கப்

தயிர் - 1/2 கப்

கரம் மசாலாத்தூள் - 1/2 ஸ்பூன்

மஞ்சள் தூள் - 1/2 ஸ்பூன்

மிளகாய்த் தூள் - 1 ஸ்பூன்

பட்டை - 2

கிராம்பு - 3

ஏலக்காய் - 3

பிரிஞ்சி இலை - 1

உப்பு - தேவையான அளவு

நெய் - 100 கிராம்

செய்முறை:

* பாஸ்மதி அரிசியை அரை மணி நேரம் ஊற வைத்து, தண்ணீரை வடித்து வைக்கவும்.
* அடுத்து மட்டனை கழுவிச் சுத்தம் செய்யவும்.
* பின் பெரிய வெங்காயத்தை நீளமாக நறுக்கவும்.
* பச்சை மிளகாய், இஞ்சி, பூண்டு ஆகியவற்றை விழுதாக அரைக்கவும்.
* அரைத்த ப. மிளகாய், இஞ்சி, பூண்டு விழுதை மட்டனுடன் சேர்த்து, கூடவே மஞ்சள் தூள், மிளகாய்த் தூள், கரம் மசாலாத் தூள், தயிர், உப்பு சேர்த்துக் கலந்து அரை மணி நேரம் ஊற விடவும்.
* குக்கரில் சிறிது நெய் விட்டுச் சூடாக்கி, அதில் ஊற வைத்த கறியைப் போட்டு வதக்கவும். பிறகு சிறிது நீர் விட்டு மட்டனை வேகவைத்து எடுத்துக்கொள்ளவும்.
* அடுத்ததாக குக்கரில் மீதமுள்ள நெய்யை ஊற்றிச் சூடாக்கி அதில் பிரிஞ்சி இலை, பட்டை, கிராம்பு, ஏலக்காய் போட்டு வதக்கவும். வெங்காயம், புதினா இலை போட்டு வதக்கவும். கூடவே ஊறவைத்த அரிசியைச் சேர்த்து வதக்கி, வேக வைத்த கறியின் நீரை அளந்து, அரிசி 1 தம்ளர் என்றால் தண்ணீர் 2 தம்ளர் என்ற அளவில் ஊற்றவும்.
* கறியுடன் தேவையான அளவு உப்பையும் சேர்த்து 1 விசில் வரை வேக வைத்து, இறக்கவும். சுடச் சுடப் பரிமாறவும்.

17. ஆம்பூர் மட்டன் பிரியாணி

தேவையான பொருள்கள்:

பாஸ்மதி அரிசி - 1/2 கிலோ
மட்டன் (ஆட்டுக்கறி) - 1/2 கிலோ
மிளகாய்த் தூள் - 1 ஸ்பூன்
வெங்காயம் - 1/4 கிலோ
தக்காளி - 1/4 கிலோ
பச்சை மிளகாய் - 3
புதினா - 1/2 கப்
எண்ணெய் - 200 கிராம்
நெய் - 50 கிராம்
எலுமிச்சை - 1 மூடி
பட்டை - 2
ஏலக்காய் - 2

கிராம்பு - 2
பிரியாணி இலை - 2
உப்பு - தேவையான அளவு

செய்முறை:

* முதலில் பாஸ்மதி அரிசியைக் கழுவிச் சுத்தம் செய்து 20 நிமிடம் ஊற வைக்கவும்.
* அடுத்து மட்டனைச் சுத்தம் செய்யவும்.
* வெங்காயத்தை நீளவாக்கில் நறுக்கவும். தக்காளியையும் பச்சை மிளகாயையும் நறுக்கவும்.
* அடுத்ததாக அகலமான பாத்திரத்தை அடுப்பில் வைத்து, எண்ணெய் ஊற்றிக் காய்ந்ததும் பட்டை, ஏலக்காய், கிராம்பு, பிரியாணி இலை போட்டுத் தாளிக்கவும். வெங்காயத்தைப் போட்டு நன்கு வதக்கவும். இஞ்சி - பூண்டு விழுது சேர்த்து நன்கு வதக்கவும். கூடவே மிளகாய்த் தூள், பச்சை மிளகாய், தக்காளி சேர்த்து நன்கு வதக்கவும். கொத்தமல்லி, புதினா, தயிர், உப்பையும் சேர்க்கவும்.
* எல்லாம் நன்கு கலந்து வதங்கியதும் மட்டன் சேர்த்து, இரண்டு தம்ளர் தண்ணீர் விட்டு வேக விடவும். மட்டன் வெந்து கிரேவியுடன் இருக்கும்போது இறக்கவும்.
* பின் ஒரு பாத்திரத்தில் ஒரு தம்ளர் அரிசிக்கு ஒன்றே கால் தம்ளர் தண்ணீர் என்கிற கணக்கில் தண்ணீர் அளந்து ஊற்றிக் கொதி வந்ததும் அரிசியைப் போட்டு வேக விடவும். சிறிது நெய், எலுமிச்சை சாறு பிழியவும்.
* முக்கால் பதமாகச் சாதத்தை வடித்துக்கொள்ளவும். மட்டன் கிரேவியில் சாதத்தைக் கொட்டி, மெதுவாகக் கிளறி, பாத்திரத்தை நன்கு மூடவும்.
* அடுப்பில் தோசைக் கல் வைத்து, அதன் மீது பிரியாணி பாத்திரத்தை வைத்து தம் போடவும்.
* குறைந்த தீயில் பத்து நிமிடங்கள் வைத்திருந்து இறக்கவும். அட்டகாசமான சுவையில் ஆம்பூர் மட்டன் பிரியாணி ரெடி.

18. மதுரை ஸ்பெஷல் மட்டன் பிரியாணி

தேவையான பொருள்கள்:

ஆட்டுக்கறி - 1/4 கிலோ,
பாஸ்மதி அரிசி – 1/2 கிலோ,
வெங்காயம் – 4
தக்காளி – 4

பச்சை மிளகாய் – 12
புதினா - 1/2 கப்
கொத்தமல்லித்தழை – 1/2 கப்
எலுமிச்சம்பழம் – 2
தயிர் – 1/2 கப்
இஞ்சி – 50 கிராம்
பூண்டு – 50 கிராம்
எண்ணெய் – 250 கிராம்
கரம் மசாலாத்தூள் – 3 ஸ்பூன்
மிளகாய்த் தூள் – 2 ஸ்பூன்
தனியாத்தூள் – 1 ஸ்பூன்
மஞ்சள்தூள் – 1 ஸ்பூன்
நெய் – 100 கிராம்
உப்பு – தேவையான அளவு
கேசரிப்பவுடர்- 2 சிட்டிகை
ஏலக்காய் – 4
கிராம்பு – 6
பட்டை - 2

செய்முறை:

- ❖ முதலில் பாஸ்மதி அரிசியைச் சுத்தம் செய்து, ஊற வைக்கவும். முக்கால் பதத்தில் உதிர் உதிராக வேக வைத்து எடுத்துக்கொள்ளவும்.
- ❖ அடுத்து மட்டனைச் சுத்தம் செய்து வைக்கவும்.
- ❖ வெங்காயம், தக்காளி, பச்சை மிளகாயை நீளவாக்கில் நறுக்கவும்.
- ❖ இஞ்சி, பூண்டை அரைக்கவும்.
- ❖ பின் குக்கரில் மட்டனுடன் மஞ்சள் தூள், இஞ்சி, பூண்டு விழுதைப் போட்டு சிறிதளவு உப்பையும் சேர்த்து வேணீவைத்துக் கொள்ளவும்.
- ❖ அடுத்து அகலமான வாணலியில் எண்ணெய் ஊற்றிக் காய்ந்ததும் ஏலக்காய், பட்டை, கிராம்பு சேர்த்து வதக்கவும். அதனுடன் நறுக்கிய வெங்காயம், பச்சை மிளகாய், புதினா, கொத்தமல்லி இலை சேர்த்து வதக்கவும். பின் தக்காளியைச் சேர்த்து கூழாகும்வரை வதக்கி மிளகாய்த் தூள், தனியாத்தூள், கரம் மசாலாத்தூள், தயிர் சேர்த்துக் கிளறவும். கூடவே வேக வைத்த கறியைக் கொட்டிக் கிளறவும். இத்துடன் ஒரு கப் தண்ணீர் ஊற்றி அடுப்பை மிதமாக எரிய விடவும். கறி வெந்ததும் கிரேவியுடன் இறக்கிவைக்கவும்.

❖ வேக வைத்துக் கிளறிய இந்த மட்டன் மசாலா கலவையில் வேகவைத்துள்ள பாஸ்மதி சாதத்தைக் கொட்டிக் கிளறவும். கடைசியில் எலுமிச்சம் பழச் சாறு பிழிந்து, நெய் ஊற்றி, மூடி அடுப்பில் வைக்கவும்.

❖ அடுப்பை சிம்மில் வைத்து மேலும் ஐந்து நிமிடம் வைத்திருந்து இறக்கவும். கொத்தமல்லித்தழை தூவிப் பரிமாறவும்.

19. திருச்சி மட்டன் பிரியாணி

தேவையான பொருள்கள்:

மட்டன் (ஆட்டுக்கறி) - 1/2 கிலோ
பாசுமதி அரிசி - 1/2 கிலோ
பெரிய வெங்காயம் - 2
தக்காளி - 2
பச்சை மிளகாய் - 4
கரம் மசாலாத்தூள் - 1 ஸ்பூன்
மஞ்சள் தூள் - 1/2 ஸ்பூன்
மிளகாய்த்தூள் - 1 ஸ்பூன்
கசகசா - 1 ஸ்பூன்
தேங்காய்த்துருவல் - 1 கப்
இஞ்சி - 2 துண்டு
பூண்டு - 15 பற்கள்
கொத்தமல்லி இலை - 1/2 கப்
புதினா இலை - 1/2 கப்
எலுமிச்சை சாறு - 1 ஸ்பூன்
உப்பு - தேவையான அளவு
வெண்ணெய் - 3 ஸ்பூன்
எண்ணெய் - 100 கிராம்
கிராம்பு - 3
பட்டை - 3
ஏலக்காய் - 2
பிரியாணி இலை - 2
வறுத்த முந்திரிப் பருப்பு - 10

செய்முறை:

- ❖ பாஸ்மதி அரிசியை ஊற வைத்து, முக்கால் பதமாக உதிர் உதிராக வடித்துக்கொள்ளவும்.
- ❖ மட்டனைத் துண்டுகளாக்கி கழுவிச் சுத்தம் செய்து வைக்கவும்.
- ❖ வெங்காயம், தக்காளியைப் பொடியாக நறுக்கவும்.
- ❖ இஞ்சி, பூண்டை விழுதாக அரைத்துக்கொள்ளவும்.
- ❖ தேங்காய்த் துருவலையும் கசகசாவையும் அரைத்து, பால் எடுக்கவும்.
- ❖ பின் குக்கரில் வெண்ணெய்யும் 2 ஸ்பூன் எண்ணெய்யும் சேர்த்துக் காய்ந்ததும் பட்டை, கிராம்பு, ஏலக்காய், பிரிஞ்சி இலை சேர்த்து தாளிக்கவும். இஞ்சி-பூண்டு விழுது சேர்த்து வதக்கவும். விழுது பச்சை வாசனை போனதும் வெங்காயம், தக்காளி, புதினா சேர்த்து வதக்கவும். மிளகாய்த்தூள், மஞ்சள் தூள், கரம் மசாலாத்தூள் போட்டு கூடவே தேவையான அளவு உப்பு சேர்த்து வதக்கவும்.
- ❖ எல்லாம் வதங்கியதும் மட்டனைச் சேர்த்து வதக்கிக் கிளறவும். 2 கப் தண்ணீர் ஊற்றிக் கலந்து குக்கரை மூடவும்.
- ❖ 5 விசில் வந்ததும் இறக்கவும். 5 நிமிடம் கழித்துத் திறந்து இந்த கிரேவியில் வேக வைத்த சாதத்தைச் சேர்த்துக் கலக்கவும். கொத்தமல்லி இலையைத் தூவவும். வறுத்த முந்திரியைத் தூவவும்.
- ❖ திருச்சி மட்டன் பிரியாணி ரெடி.

20. மகாராஷ்டிர மட்டன் புலாவ்

தேவையான பொருள்கள்:

பாஸ்மதி அரிசி - 1/2 கிலோ
மட்டன் (ஆட்டுக்கறி) - 1/2 கிலோ
பெரிய வெங்காயம் - 3
பச்சை மிளகாய் - 3
காய்ந்த மிளகாய் - 4
கொத்தமல்லி இலை - 1 கப்
கிராம்பு - 4
ஏலக்காய் - 4
பட்டை - ஒரு துண்டு
தனியா - 1 ஸ்பூன்
இஞ்சி - 2 அங்குலத் துண்டு
பூண்டு - 8 பற்கள்

தேங்காய் - 1 மூடி
தக்காளி - 4
முந்திரி - 15
காய்ந்த திராட்சை - 15
மஞ்சள் தூள் - 1 ஸ்பூன்
உப்பு - தேவையான அளவு
எண்ணெய் - 50 கிராம்
நெய் - 50 கிராம்

செய்முறை:

❖ முதலில் பாஸ்மதி அரிசியைச் சுத்தம் செய்து ஐந்து தம்ளர் தண்ணீர் சேர்த்து அரை மணி நேரம் ஊற விடவும்.

❖ அடுத்து மட்டனைச் சுத்தம் செய்து வைக்கவும்.

❖ தேங்காய், பச்சை மிளகாய், காய்ந்த மிளகாய், தனியா, இஞ்சி, பூண்டு, பட்டை, கிராம்பு, ஏலக்காய் அனைத்தையும் ஒன்றாகப் போட்டு விழுதாக அரைக்கவும்.

❖ பின் ஒரு பாத்திரத்தில் எண்ணெய், நெய் விட்டுக் காய்ந்ததும் நறுக்கிய வெங்காயம் சேர்த்து வதக்கவும். வெங்காயம் நன்கு வதங்கியதும் அரைத்த தேங்காய் விழுது சேர்த்து வதக்கவும். பின் சுத்தம் செய்த மட்டன் சேர்த்து வதக்கவும். கூடவே தக்காளி சேர்த்து வதக்கவும்.

❖ எல்லாம் நன்கு வதங்கியதும், மட்டன் முக்கால் பாகம் வேகும் அளவுக்குத் தண்ணீர் ஊற்றி, தேவையான அளவு உப்பு சேர்த்து வேக விடவும்.

❖ மட்டன் வெந்ததும், பாஸ்மதி அரிசியை ஊறிய தண்ணீர் சேர்த்து, மஞ்சள் தூள் சேர்த்து நன்கு கிளறி மூடவும். அவ்வப்போது மூடியைத் திறந்து கிளறி விடவும்.

❖ அரிசி வெந்து புலாவ் ரெடியானதும், நெய்யில் வறுத்த முந்திரி, காய்ந்த திராட்சை, கொத்தமல்லி இலை தூவி சூடாகப் பரிமாறவும்.

❖ மகாராஷ்டிர மட்டன் புலாவ் ரெடி.

21. கறி கோஃப்தா பிரியாணி

தேவையான பொருள்கள்:

பாஸ்மதி அரிசி - 2 கப்
வெங்காயம் - 2
தக்காளி - 2

பச்சை மிளகாய் - 2
இஞ்சி - 1 பெரிய துண்டு
பூண்டு - 10 பற்கள்
புதினா - 1/2 கப்
கொத்தமல்லித்தழை - ஒரு கைப்பிடி
முந்திரி - 6
பட்டை - 3
கிராம்பு - 3
ஏலக்காய் - 3
பிரியாணி இலை - 2
சோம்பு - 1/2 ஸ்பூன்
கரம் மசாலாத்தூள் - 1/2 ஸ்பூன்
மிளகாய்த்தூள் - 1/2 ஸ்பூன்
மஞ்சள் தூள் - 1/4 ஸ்பூன்
நெய் - 2 ஸ்பூன்
சமையல் எண்ணெய் - 100 கிராம்

கறி கோஃப்தாவுக்குத் தேவையான பொருள்கள்:
ஆட்டுக் கொத்துக்கறி - 1/4 கிலோ
தேங்காய் - கால் மூடி
பொட்டுக்கடலை - 2 ஸ்பூன்
கசகசா - 1 ஸ்பூன்
சோம்பு - 1/2 ஸ்பூன்
பச்சை மிளகாய் - 2
இஞ்சி - 1 துண்டு
பூண்டு - 5 பற்கள்
பட்டை - 3
சின்ன வெங்காயம் - 5
சமையல் எண்ணெய் - 200 கிராம்
உப்பு - தேவையான அளவு

செய்முறை:
* பாஸ்மதி அரிசியை ஊற வைக்கவும்.
* இஞ்சி-பூண்டு விழுதாக அரைக்கவும்.
* வெங்காயம், தக்காளி, பச்சை மிளகாயை நறுக்கிக்கொள்ளவும்.
* குக்கரில் நெய், எண்ணெய் ஊற்றி, பட்டை, கிராம்பு, ஏலக்காய், சோம்பு

போட்டுத் தாளிக்கவும். இஞ்சி-பூண்டு விழுது சேர்த்துப் பச்சை வாசனை போகும்வரை வதக்கவும். அடுத்து வெங்காயம் சேர்த்துப் பொன்னிறமாக வதக்கவும். தக்காளி, பச்சை மிளகாய், புதினா, உப்பு, மஞ்சள்தூள், மிளகாய்த்தூள், கரம் மசாலாத்தூள் சேர்த்து நன்கு வதக்கவும்.

- எல்லாம் நன்கு வதங்கியதும் அரிசியைப் போடவும். கூடவே 4 கப் தண்ணீர் சேர்த்து, ஒரு விசில் வரை வைத்து இறக்கவும்.
- அடுத்தபடியாக கொத்துக் கறியைச் சுத்தம் செய்யவும்.
- அடுப்பில் வாணலி வைத்து இரண்டு தேக்கரண்டி எண்ணெய் விட்டுக் காய்ந்ததும், பட்டை, சோம்பு தாளித்து கசகசா, பொட்டுக்கடலை சேர்த்து வதக்கவும். வெங்காயம், பூண்டு, இஞ்சி, மிளகாய், தேங்காய் சேர்த்து வதக்கவும். பிறகு கறியைச் சேர்த்து வதக்கி இறக்கவும்.
- வதக்கிய கறி கலவையைத் தண்ணீர் சேர்க்காமல் அரைத்து எடுக்கவும்.
- பிறகு வாணலியில் எண்ணெய் விட்டுக் காய்ந்ததும், கறி கலவையைச் சிறு சிறு உருண்டைகளாக உருட்டிப் போட்டு, வேக விட்டு எடுக்கவும்.
- புலாவ் வேக வைத்த குக்கரைத் திறந்து மிதமான தீயில் அடுப்பில் வைக்கவும். கறி உருண்டைகளைப் போட்டு, உடையாமல் கிளறி, ஐந்து நிமிடத்தில் இறக்கவும். வறுத்த முந்திரிப் பருப்பு, கொத்தமல்லி இலை தூவி, சூடாகப் பரிமாறவும்.

22. ஷாகி மட்டன் பிரியாணி

தேவையான பொருள்கள்:

மட்டன் (ஆட்டுக்கறி) - 1/2 கிலோ
பாஸ்மதி அரிசி - 1/2 கிலோ
வெங்காயம் - 1
பூண்டு - 10 பற்கள்
கறுப்பு ஏலக்காய் - 2
பட்டை - 2
கிராம்பு - 2
மிளகு - 1/2 ஸ்பூன்
ஹாகீரா - 1/2 ஸ்பூன்
பிரியாணி இலை - 2
கரம் மசாலா - 1 ஸ்பூன்
முந்திரி - 10
நெய் - 100 கிராம்

எண்ணெய் - 100 கிராம்
மஞ்சள் தூள் - 1/2 ஸ்பூன்
உப்பு - தேவையான அளவு
சிவப்பு கலர் - சிறிது
மசாலா தயாரிக்க
பெரிய வெங்காயம் - 1
இஞ்சி - பூண்டு விழுது - 1 ஸ்பூன்
தயிர் - 1/2 கப்
காஷ்மீரி மிளகாய்த்தூள் - 1 ஸ்பூன்
ஜாதிபத்திரி - சிறிது
பச்சை மிளகாய் - 1

செய்முறை:

❖ முதலில் பாஸ்மதி அரிசியைக் கழுவிச் சுத்தம் செய்து 20 நிமிடம் ஊற வைக்கவும்.

❖ அடுத்து மட்டனைச் சுத்தம் செய்துகொள்ளவும்.

❖ பூண்டு, வெங்காயத்தை நறுக்கவும்.

❖ சுத்தம் செய்த மட்டனுடன் மிளகு, நறுக்கிய வெங்காயம், நறுக்கிய பூண்டு, கறுப்பு ஏலக்காய், பட்டை, பூண்டு, கிராம்பு, உப்பு, கரம் மசாலாத்தூள் சேர்த்து தேவையான தண்ணீர் விட்டு குக்கரில் 4 விசில் வரை வேக வைத்து இறக்கவும்.

❖ வேறொரு குக்கரில் நெய் விட்டு, ஷாகீரா, பிரியாணி இலை தாளிக்கவும். 5 தம்ளர் தண்ணீரை ஊற்றவும். இதற்கு (மட்டனை தனியே எடுத்து வைத்துவிட்டு) மட்டன் வெந்த தண்ணீரையும் சேர்த்து ஊற்றலாம். கூடவே அரிசியையும் உப்பையும் சேர்த்து, ஒரு விசில் வந்தவுடன் இறக்கவும்.

❖ பின் மசாலா தயாரிக்க ஒரு வாணலியில் எண்ணெய் ஊற்றி, இஞ்சி-பூண்டு விழுது சேர்த்து வதக்கவும். பச்சை வாசனை போனதும் நறுக்கிய வெங்காயம், பச்சை மிளகாய் சேர்த்து வதக்கவும். காஷ்மீரி மிளகாய்த்தூள், ஜாதிபத்திரி, தயிர், உப்பு சேர்த்து வதக்கவும். கடைசியாக வேக வைத்த மட்டனைச் சேர்த்துக் கிளறி தேவையான தண்ணீர் சேர்த்து கொதிக்கவிடவும்.

❖ கலவை கொதித்து கிரேவி கெட்டியானதும் வேக வைத்த சாதத்தில் முக்கால் பங்கு சேர்த்துக் கலக்கவும். மீதி சாதத்தைப் பிரியாணியின் மீது பரப்பவும். சிவப்பு கலரைத் தண்ணீரில் கரைத்து, ஊற்றவும். கனமான தட்டால் மூடவும்.

- ❖ பின் சிறு தீயில் தோசைக்கல்லை வைத்து, அதன் மீது பிரியாணி பாத்திரத்தை வைத்து, 15 நிமிடங்கள் தம் போட்டு இறக்கவும்.
- ❖ முந்திரியை வறுத்து, பிரியாணியின் மீது தூவிப் பரிமாறவும்.

23. ஆட்டுக் கறி – தனியா பிரியாணி

தேவையான பொருள்கள்:

மட்டன் (ஆட்டுக்கறி) - 1/2கிலோ
பாஸ்மதி அரிசி - 1/2 கிலோ
வெங்காயம் - 4
தக்காளி - 3
பச்சை மிளகாய் - 6
இஞ்சி - பூண்டு விழுது - 3 ஸ்பூன்
மஞ்சள் தூள் - 1/4 ஸ்பூன்
தனியா - 100 கிராம்
பட்டை - 2
கிராம்பு - 2
ஏலக்காய் - 2
பிரியாணி இலை - 2
தேங்காய்ப் பால் - 2 1/2 கப்
புதினா - 1 கப்
கொத்தமல்லித்தழை - 1 கப்
எண்ணெய் - 100 கிராம்
நெய் - 100 கிராம்
உப்பு - தேவையான அளவு

செய்முறை:

- ❖ முதலில் பாஸ்மதி அரிசியைக் கழுவிச் சுத்தம் செய்து 20 நிமிடம் ஊற வைக்கவும்.
- ❖ அடுத்து மட்டனைச் சுத்தம் செய்து கொள்ளவும்.
- ❖ வெங்காயம், தக்காளி, பச்சை மிளகாயை நறுக்கி வைக்கவும்.
- ❖ பின் குக்கரில் 3 தம்ளர் தண்ணீர் ஊற்றி, தனியாவைப் போட்டு கால் மணி நேரம் வேக வைக்கவும். பிறகு வெந்த தனியாவை வடிகட்டி தனியே வைத்து விட்டு, தண்ணீரை மட்டும் எடுத்துக்கொள்ளவும்.

- அந்த தனியா தண்ணீர் 3 தம்ளர் + தேங்காய்ப் பால் 2 தம்ளர் எடுத்துக்கொள்ள வேண்டும்.
- மீண்டும் குக்கரில் எண்ணெய் + நெய் ஊற்றிக் காய்ந்ததும் வெங்காயம், பச்சை மிளகாய், புதினா, கொத்தமல்லித்தழை சேர்த்து நன்றாக வதக்கவும். பிறகு இஞ்சி, பூண்டு விழுது சேர்த்து வதக்கவும். அடுத்து தக்காளி சேர்த்து வதக்கவும்.
- எல்லாம் நன்கு வதங்கியதும் கடைசியாக மட்டனைச் சேர்த்து வதக்கி, சிறிது தண்ணீர் விட்டு மூன்று விசில் வேக விட வேண்டும். பின் குக்கரைத் திறந்து, அரிசியைப் போட்டு தேங்காய்ப் பால், தனியா தண்ணீர், உப்பு சேர்த்து, குக்கரை மூடி ஒரு விசில் வந்தவுடன் இறக்கவும்.

24. வாழை இலை தம் பிரியாணி

தேவையான பொருள்கள்:

மட்டன் (ஆட்டுக்கறி) - 1/2 கிலோ

பாஸ்மதி அரிசி - 1/2 கிலோ

வெங்காயம் - 3

தக்காளி - 3

பச்சை மிளகாய் - 2

தயிர் - 1/2 கப்

எலுமிச்சை - 1

இஞ்சி- பூண்டு விழுது - 2 ஸ்பூன்

மிளகாய்த் தூள் - 2 ஸ்பூன்

மஞ்சள் தூள் - 1/2 ஸ்பூன்

கரம் மசாலாத் தூள் - 1 ஸ்பூன்

கொத்தமல்லி இலை - 1/2 கப்

புதினா - 1/2 கப்

எண்ணெய் - 100 கிராம்

நெய் - 2 டேபிள் ஸ்பூன்

பட்டை- 2

கிராம்பு - 2

ஏலக்காய் - 3

பிரிஞ்சி இலை - 2

உப்பு - தேவையான அளவு

செய்முறை:

- முதலில் மட்டனைக் கழுவிச் சுத்தம் செய்து, அதனுடன் தயிரும் உப்பும் சேர்த்து ஊற வைக்கவும்.
- வெங்காயம், தக்காளி, பச்சை மிளகாய் நறுக்கவும். கொத்தமல்லி, புதினாவை பொடியாக நறுக்கவும்.
- குக்கரில் 3 ஸ்பூன் எண்ணெய், ஒரு ஸ்பூன் நெய் ஊற்றவும். பட்டை, கிராம்பு, ஏலக்காய், பிரிஞ்சி இலை போட்டு தாளிக்கவும். வெங்காயம் சேர்த்து வதக்கவும். இஞ்சி-பூண்டு விழுது சேர்த்து வதக்கவும். அடுத்து தக்காளி, பச்சைமிளகாய் வதக்கவும். கரம் மசாலாத்தூள், மிளகாய்த்தூள், மஞ்சள் தூள்களைச் சேர்த்து வதக்கவும். பின் ஊற வைத்த மட்டனைச் சேர்த்து வதக்கவும். உப்பு, பாதியளவு கொத்தமல்லித்தழை, புதினாவைச் சேர்த்து வதக்கவும். 1/2 தம்ளர் தண்ணீர் சேர்த்து, குக்கரை மூடி ஆறு, ஏழு விசில்கள் வரை வைக்கவும்.
- அடுத்தபடியாக பாஸ்மதி அரிசியைச் சுத்தம் செய்து ஊற வைக்கவும்.
- ஒரு பெரிய வாயகன்ற பாத்திரத்தில் 5 தம்ளர் தண்ணீருடன், மட்டன் வேக வைத்த தண்ணீரையும் சேர்த்து, உப்பு சேர்த்து கொதிக்க விடவும். கொதி வந்தவுடன், அரிசியைப் போடவும். மீதமுள்ள கொத்த மல்லித்தழை, புதினா, எலுமிச்சை சாறு சேர்த்து கொதிக்க விடவும்.
- தண்ணீர் வற்றி, சாதம் வெந்தவுடன் அதனுடன் மட்டனை மசாலாவுடன் கொட்டவும். மசாலாவை வற்றியதும், மீதமுள்ள நெய்யை ஊற்றவும். தீயைக் குறைக்கவும்.
- வாழை இலையைச் சுத்தம் செய்து, துடைத்து, பாத்திரத்தின் மேல் வைக்கவும். இலையின் மீது தடிமனான தட்டை வைக்கவும். தட்டை ஒரு சுத்தமான துணியால் பாத்திரத்துடன் கட்டவும். தட்டின் மீது வெயிட்டான பாத்திரத்தை வைக்கவும். மெல்லிய தீயில் பதினைந்து நிமிடங்களுக்கு தம் போடவும்.
- இறக்கி வாழை இலை தம் பிரியாணியை சுடச் சுடப் பரிமாறவும்.

25. மட்டன் ஃப்ரைட் ரைஸ்

தேவையான பொருள்கள்:

பாஸ்மதி அரிசி - 1/2 கிலோ
எலும்பில்லாத மட்டன் துண்டுகள் - 1/4 கிலோ
வெங்காயம் - 1
இஞ்சி - பூண்டு விழுது - 1 ஸ்பூன்
வெண்ணெய் - 1/2 கப்

சோயா சாஸ் - 1/2 ஸ்பூன்
வெங்காயத் தாள் - 1 கொத்து
முட்டை கோஸ் - 1/4 கப்
கேரட் - 1/4 கப்
பீன்ஸ் - 1/4 கப்
குடை மிளகாய் - 1
பச்சை பட்டாணி - 1/4கப்
சோளம் - 1/4 கப்
உப்பு - தேவையான அளவு
வெள்ளை மிளகுத் தூள் - 1 ஸ்பூன்
கறுப்பு மிளகுத் தூள் - 1 ஸ்பூன்
சர்க்கரை - 1 ஸ்பூன்
பூண்டு - 5 பற்கள்
பச்சை மிளகாய் - 3
முட்டை - 2
எண்ணெய் - 100 கிராம்

செய்முறை:

* மட்டனை சிறு துண்டுகளாக நறுக்கி, வேக வைத்து எடுத்துக்கொள்ளவும்.
* பாஸ்மதி அரிசியைச் சுத்தம் செய்து அரை மணி நேரம் ஊறவிடவும்.
* வெங்காயம், முட்டை கோஸ், கேரட், பீன்ஸ், குடை மிளகாயை பொடியாக நறுக்கவும்.
* பின் குக்கரில் 2 ஸ்பூன் வெண்ணெய் போட்டு உருக்கவும். நறுக்கிய வெங்காயத்தில் சிறிதளவு எடுத்துப் போட்டுச் சிவக்கவிடவும். இஞ்சி - பூண்டு விழுதைச் சேர்த்து வதக்கி பச்சை வாசனை போனதும் ஊற வைத்த அரிசியைத் தண்ணீர் வடித்துச் சேர்க்கவும். சோயா சாஸ் 1/4 ஸ்பூன் ஊற்றி, உப்பு சேர்த்து கிளறிவிடவும். 5 தம்ளர் தண்ணீர் ஊற்றிக் கொதிக்க விட்டு சாதத்தை உதிர் உதிராக வடித்துக்கொள்ளவும்.
* அடுத்து வாணலியில் வெண்ணெய் விட்டு உருக்கிக்கொள்ளவும். சர்க்கரை, நறுக்கிய பூண்டு, பச்சை மிளகாய் சேர்த்து வதக்கவும். மீதமுள்ள வெங்காயம், வேக வைத்த மட்டன் சேர்த்து நன்கு வதக்கவும்.
* முட்டை கோஸ், கேரட், சோள மணிகள், பட்டாணி, வெங்காயத்தாள் அனைத்தையும் ஒன்றன் பின் ஒன்றாகச் சேர்த்து நன்கு வதக்கவும்.

- ❖ காய்கள் பாதி வெந்தவுடன், வெள்ளை மிளகுத்தூள், உப்பு, சோயாசாஸ் சேர்த்துக் கிளறி இறக்கவும்.
- ❖ பிறகு, ஒரு கிண்ணத்தில் முட்டையை உடைத்து ஊற்றி, உப்பு, மிளகுத்தூள் சேர்த்துக் கலக்கவும்.
- ❖ அடுப்பில் வாணலி வைத்து எண்ணெய் ஊற்றி, முட்டைக் கலவையைப் போட்டு கரண்டியால் கிளறி, உதிர் உதிராக இறக்கவும்.
- ❖ உதிர்த்த முட்டையை வேக வைத்துள்ள சாதத்தில் கொட்டவும். வேக வைத்த மட்டன், காய்கறி கலவையையும் சாதத்தில் கொட்டிக் கிளறவும். ஒரு ஸ்பூன் நெய் விட்டு, சுடச் சுட பரிமாறவும்.

26. கொத்துக் கறி பிரியாணி - I

தேவையான பொருள்கள்:

பாஸ்மதி அரிசி - 1/2 கிலோ
கொத்துக் கறி - 1/4 கிலோ
கரம் மசாலாத்தூள் - 1 ஸ்பூன்
மஞ்சள் தூள் - 1/2 ஸ்பூன்
மிளகாய்த்தூள் - 1 ஸ்பூன்
தனியா தூள் - 2 ஸ்பூன்
உப்பு - தேவையான அளவு
புதினா - 1 கப்
மல்லி இலை - 1கப்
முந்திரிப் பருப்பு - 10
எண்ணெய் - 50 கிராம்
நெய் - 50 கிராம்
எலுமிச்சை - 1
பிரிஞ்சி இலை - 1
இஞ்சி - பூண்டு விழுது - 2 ஸ்பூன்

செய்முறை:
- ❖ பாஸ்மதி அரிசியைச் சுத்தம் செய்து அரை மணி நேரம் ஊற வைக்கவும்.
- ❖ புதினா, கொத்தமல்லியைச் சுத்தம் செய்து தனித் தனியாக அரைத்து வைக்கவும்.

- அடுத்து கொத்துக் கறியை நன்கு சுத்தம் செய்து கொத்துக்கறியில் ஒரு ஸ்பூன் இஞ்சி பூண்டு விழுது, மஞ்சள் தூள், சிறிது உப்பு சேர்த்து சிறிதளவு நீர் விட்டு மூன்று விசில் வரை குக்கரில் வேக விடவும்.
- முந்திரிப் பருப்பை பத்து நிமிடங்கள் ஊற வைத்து அரைத்துக் கொள்ளவும்.
- குக்கரில் எண்ணெய் + நெய் ஊற்றிக் காய்ந்ததும் இஞ்சி, பூண்டு விழுது சேர்த்து வதக்கவும். பச்சை வாசனை போனதும் கரம் மசாலாத்தூள், மிளகாய்த் தூள், மல்லித் தூள் போட்டு வதக்கவும். பின் அரைத்த கொத்தமல்லி, புதினா, முந்திரி விழுது சேர்த்து வதக்கவும். கடைசியாக பாஸ்மதி அரிசி, தேவையான அளவு உப்பு சேர்த்து வதக்கி, கொத்துக் கறியைச் சேர்த்துப் பிரட்டவும். (கறி வெந்த தண்ணீருடன்) மொத்தம் ஐந்து தம்ளர் தண்ணீர் சேர்த்து, குக்கரை மூடவும்.
- இரண்டு விசில் வந்ததும் இறக்கவும். கொத்தமல்லி இலை தூவி, பரிமாறவும்.

27. கொத்துக்கறி பிரியாணி – II

தேவையான பொருள்கள்:

பாஸ்மதி அரிசி - 1/2 கிலோ
கொத்துக்கறி - 1/4 கிலோ
சின்ன வெங்காயம் - 1 கப்
தக்காளி - 2
பச்சை மிளகாய் 2
இஞ்சி - பெரிய துண்டு
பூண்டு - 10 பற்கள்
புதினா - 1/2 கப்
கொத்தமல்லித்தழை - ஒரு கைப்பிடி
பட்டை - 3
கிராம்பு - 3
ஏலக்காய் - 3
நெய் - 2 டீ ஸ்பூன்
எண்ணெய் - 100 கிராம்
மஞ்சள் தூள் - 1/2 ஸ்பூன்
கரம் மசாலாத்தூள் - 1/2 ஸ்பூன்

மிளகாய்த்தூள் - 1 ஸ்பூன்

முந்திரிப் பருப்பு - 6

உப்பு - தேவையான அளவு

செய்முறை:

- பாஸ்மதி அரிசியை அரை மணி நேரம் ஊற வைத்து, பின் ஒரு விசில் வரை வைத்து, சாதமாக்கிக் கொள்ளவும்.
- கொத்துக்கறியைச் சுத்தம் செய்து, குக்கரில் 3 விசில் வரை வைத்து, வேக வைத்து எடுக்கவும்.
- இஞ்சி-பூண்டை விழுதாக அரைக்கவும்.
- வெங்காயம், தக்காளி, பச்சை மிளகாயை நறுக்கவும்.
- பின் அடுப்பில் வாணலி வைத்து நெய், எண்ணெய் ஊற்றி பட்டை, கிராம்பு, ஏலக்காய் போட்டுத் தாளிக்கவும். வெங்காயம் சேர்த்துப் பொன்னிறமாக வதக்கவும். இஞ்சி, பூண்டு விழுது சேர்த்து வதக்கவும். பின் தக்காளி, பச்சை மிளகாய் சேர்த்து வதக்கவும்.
- எல்லாம் நன்கு வதங்கியதும் மஞ்சள் தூள், கரம் மசாலாத்தூள், மிளகாய்த்தூள், உப்பு சேர்த்து வதக்கவும். புதினா இலையைப் போட்டு, எண்ணெய் பிரியும் வரை வதக்கவும். கடைசியாக கொத்துக்கறியைப் போட்டு, அரை கப் தண்ணீர் விட்டு வேக வைக்கவும்.
- தண்ணீர் வற்றியதும், சாதத்தைக் கொட்டிக் கிளறி, மிதமான தீயில் ஐந்து நிமிடம் வைத்து இறக்கவும். வறுத்த முந்திரிப் பருப்பு, கொத்தமல்லி இலை தூவிப் பரிமாறவும்.

28. கொத்துக்கறி – பனீர் ஃப்ரைட் ரைஸ்

தேவையான பொருள்கள்:

பாஸ்மதி அரிசி - 1/2 கிலோ

கொத்துக்கறி - 1/4 கிலோ

வெங்காயம் - 1

முட்டை கோஸ் - 1/4 கப்

கேரட் - 1/4 கப்

குடை மிளகாய் - 1

பச்சை பட்டாணி - 1/4 கப்

வெங்காயத் தாள் - 1 கொத்து

பச்சை மிளகாய் - 3

இஞ்சி - பூண்டு விழுது - 1 ஸ்பூன்
வெண்ணெய் - 100 கிராம்
சோயா சாஸ் - 1/2 ஸ்பூன்
பனீர் - 1 கப்
உப்பு - தேவையான அளவு
வெள்ளை மிளகுத் தூள் - 1 ஸ்பூன்
கறுப்பு மிளகுத் தூள் - 2 ஸ்பூன்
சர்க்கரை - 1 ஸ்பூன்
பூண்டு - 5 பற்கள்
முட்டை - 2
எண்ணெய் - 100 கிராம்

செய்முறை:

❖ கொத்துக்கறியைச் சுத்தம் செய்து வேக வைத்து எடுத்துக் கொள்ளவும்.
❖ பின் ஒரு வாணலியில் ஒரு ஸ்பூன் எண்ணெய் விட்டு, உப்பு, மிளகுத்தூள் சேர்த்து, வேக வைத்த கொத்துக்கறியைச் சேர்த்து நன்கு வதக்கி, இறக்கவும்.
❖ பனீரைத் துருவிக்கொள்ளவும்.
❖ பாஸ்மதி அரிசியைச் சுத்தம் செய்து அரை மணி நேரம் ஊறவிடவும்.
❖ வெங்காயம், முட்டை கோஸ், கேரட், குடை மிளகாயை நறுக்கவும்.
❖ குக்கரில் 2 ஸ்பூன் வெண்ணெய் போட்டு உருக்கி, சிறிது வெங்காயம் போட்டுச் சிவக்கவிடவும். இஞ்சி - பூண்டு விழுதைச் சேர்த்து வதக்கவும். பச்சை வாசனை போனதும் ஊற வைத்த அரிசியைத் தண்ணீர் வடித்துச் சேர்க்கவும். கூடவே சோயா சாஸ் 1/4 ஸ்பூன் ஊற்றி, உப்பு சேர்த்து கிளறிவிடவும். 5 தம்ளர் தண்ணீர் ஊற்றி சாதத்தை வடித்துக் கொள்ளவும்.
❖ மறுபடியும் வாணலியில் மீதமிருக்கும் வெண்ணெய் விட்டு உருக்கிக்கொள்ளவும். நறுக்கிய பூண்டு, பச்சை மிளகாய் சர்க்கரை சேர்த்து வதக்கவும். அடுத்து வெங்காயம் சேர்த்து நன்கு வதக்கவும். முட்டை கோஸ், கேரட், பட்டாணி, வெங்காயத்தாள் அனைத்தையும் ஒன்றன் பின் ஒன்றாகச் சேர்த்து நன்கு வதக்கி வேகவிடவும்.
❖ காய்கள் பாதி வெந்தவுடன், வெள்ளை மிளகுத்தூள், உப்பு, சோயாசாஸ் சேர்த்துக் கிளறி இறக்கவும். இதனுடன் கொத்துக்கறியைச் சேர்த்து வதக்கவும். பனீரைச் சேர்த்து வதக்கவும்.
❖ பிறகு ஒரு கிண்ணத்தில் முட்டையை உடைத்து ஊற்றி, உப்பு, மிளகுத்தூள் சேர்த்துக் கலக்கவும்.

- ❖ ஒரு வாணலியில் எண்ணெய் விட்டு, முட்டைக் கலவையைப் போட்டு கரண்டியால் கிளறி, உதிர் உதிராக இறக்கவும்.
- ❖ அந்த உதிர்த்த முட்டையைச் சாதத்தில் கொட்டவும். காய்கறி கலவையையும் சாதத்தில் கொட்டிக் கிளறவும். ஒரு ஸ்பூன் நெய் விட்டுப் பரிமாறவும்.

29. கொத்துக்கறி – காளான் ஃப்ரைட் ரைஸ்

தேவையான பொருள்கள்:

பாஸ்மதி அரிசி - 1/2 கிலோ
கொத்துக்கறி - 1/4 கிலோ
வெங்காயம் - 1
இஞ்சி - பூண்டு விழுது - 1 ஸ்பூன்
வெங்காயத் தாள் - 1 கொத்து
முட்டை கோஸ் - 1/4 கப்
கேரட் - 1/4 கப்
குடை மிளகாய் - 1
பச்சை பட்டாணி - 1/4 கப்
வெண்ணெய் - 1/2 கப்
சோயா சாஸ் - 1/2 ஸ்பூன்
காளான் - 1/4 கிலோ
உப்பு - தேவையான அளவு
வெள்ளை மிளகுத் தூள் - 1 ஸ்பூன்
கறுப்பு மிளகுத் தூள் - 2 ஸ்பூன்
சர்க்கரை - 1 ஸ்பூன்
பூண்டு - 5 பற்கள்
பச்சை மிளகாய் - 3
முட்டை - 2
எண்ணெய் - 100 கிராம்

செய்முறை:

- ❖ கொத்துக்கறியைச் சுத்தம் செய்து, வேக வைக்கவும்.
- ❖ காளானைச் சுத்தம் செய்து, நறுக்கவும்.
- ❖ வாணலியில் ஒரு ஸ்பூன் எண்ணெய் விட்டு, உப்பு, மிளகுத்தூள் சேர்த்து, வேக வைத்த கொத்துக்கறியைச் சேர்த்து நன்கு வதக்கி, இறக்கவும்.

- ❖ பாஸ்மதி அரிசியைச் சுத்தம் செய்து அரை மணி நேரம் ஊறவிடவும்.
- ❖ வெங்காயம், முட்டை கோஸ், கேரட், குடை மிளகாயை நறுக்கவும்.
- ❖ குக்கரில் 2 ஸ்பூன் வெண்ணெய் போட்டு உருக்கவும். சிறிது வெங்காயம் போட்டுச் சிவக்கவிடவும். இஞ்சி - பூண்டு விழுதைச் சேர்க்கவும். ஊற வைத்த அரிசியைத் தண்ணீர் வடித்து சேர்க்கவும். சோயா சாஸ் *1/4* ஸ்பூன் ஊற்றி, உப்பு சேர்த்து கிளறிவிடவும். 5 தம்ளர் தண்ணீர் ஊற்றி சாதமாக வடிக்கவும்.
- ❖ அடுத்து மறுபடியும் வாணலியில் வெண்ணெய் விட்டு உருக்கிக்கொள்ளவும். சர்க்கரை, நறுக்கிய பூண்டு, பச்சை மிளகாய் சேர்த்து வதக்கவும். வெங்காயம் சேர்த்து நன்கு வதக்கவும். காளான், முட்டை கோஸ், கேரட், பட்டாணி, வெங்காயத்தாள் அனைத்தையும் ஒன்றன் பின் ஒன்றாகச் சேர்த்து நன்கு வதக்கவும்.
- ❖ காய்கள் பாதி வெந்தவுடன், வெள்ளை மிளகுத்தூள், உப்பு, சோயாசாஸ் சேர்த்துக் கிளறி இறக்கவும்.
- ❖ கொத்துக்கறியைச் சேர்த்து வதக்கவும்.
- ❖ ஒரு கிண்ணத்தில் முட்டையை உடைத்து ஊற்றி, உப்பு, மிளகுத்தூள் சேர்த்து கலக்கவும்.
- ❖ ஒரு வாணலியில் எண்ணெய் விட்டு, முட்டைக் கலவையைப் போட்டு கரண்டியால் கிளறி, உதிர் உதிராக இறக்கவும்.
- ❖ உதிர்த்த முட்டையைச் சாதத்தில் கொட்டவும். காய்கறி கலவையையும் சாதத்தில் கொட்டிக் கிளறவும். ஒரு ஸ்பூன் நெய் விட்டு, பரிமாறவும்.

30. கொத்துக் கறிப் புலாவ்

தேவையான பொருள்கள்

பாசுமதி அரிசி - 1/4 கிலோ

கொத்துக் கறி - 1/4 கிலோ

பெரிய வெங்காயம் - 2

புதினா - 1/2 கப்

கொத்தமல்லி - 1/2 கப்

பூண்டு - 6 பல்

இஞ்சி - 2 அங்குலத் துண்டு

தேங்காய் துருவல் - 4 ஸ்பூன்

மிளகாய் வற்றல் - 4

பட்டை - ஒரு துண்டு

கிராம்பு, ஏலக்காய் - தலா 4
பிரிஞ்சி இலை - 1
கரம் மசாலா தூள் - 1 ஸ்பூன்
மஞ்சள் தூள் - 1 ஸ்பூன்
தயிர் - 1/2 கப்
உப்பு - தேவையான அளவு
முட்டை - 2
எண்ணெய் + நெய் - 50 கிராம்

செய்முறை:

❖ பாசுமதி அரிசியை சுத்தம் செய்து கழுவி அதில் ஐந்து டம்ளர் தண்ணீர் சேர்த்து அரை மணி நேரம் ஊற விடவும்.

❖ வாணலியில் சிறிது நெய் ஊற்றி, நீளமாக நறுக்கிய வெங்காயம் புதினாவைப் போட்டு வதக்கி எடுக்கவும்.

❖ மிளகாய் வற்றல், தனியா, இஞ்சி, பூண்டு இவைகளை நைசாக விழுதாக அரைத்தெடுக்கவும்.

❖ பிறகு வாணலியில் எண்ணெய் + நெய் விட்டுக் காய்ந்ததும் பட்டை, கிராம்பு, ஏலக்காய் தாளித்து, அரைத்த மிளகாய் விழுதைச் சேர்த்து வதக்கவும்.

❖ எல்லாம் நன்கு வதங்கியதும் கொத்துக்கறியைப் போட்டுப் பிரட்டவும். கூடவே கரம் மசாலாத் தூள், மஞ்சள் தூள், உப்பு சேர்த்து வதக்கி, ஒரு கப் தண்ணீர் சேர்த்து மிதமான தீயில் வேக விடவும்.

❖ கொத்துக்கறி முக்கால் பதம் வெந்ததும் ஊற வைத்த பாஸ்மதி அரிசி சேர்த்து, அரிசியைப் போல் 2 மடங்கு தண்ணீர் ஊற்றி வேக விடவும்.

❖ அரிசி 3/4 பதம் வெந்தவுடன், தயிர், தேங்காய் துருவல், வதக்கிய வெங்காயம் சேர்த்து மிதமான தீயில் வேக விட்டு சாதம் நன்கு வெந்து புலாவ் ரெடியானதும் இறக்கவும்.

❖ அவித்த முட்டைகளை சிறு துண்டுகளாக்கி, மல்லி இலையுடன் மேலே அலங்கரித்துப் பரிமாறவும்.

31. ஆட்டு ஈரல் பிரியாணி

தேவையான பொருள்கள்:

பாஸ்மதி அரிசி - 1/2 கிலோ
ஆட்டு ஈரல் - 300 கிராம்
உருளைக் கிழங்கு - 100 கிராம்

பெரிய வெங்காயம் - 3
தக்காளி - 2
பச்சை மிளகாய் - 3
கரம் மசாலாத் தூள் - 1 ஸ்பூன்
மஞ்சள் தூள் - 1/2 ஸ்பூன்
மிளகாய்த் தூள் - 2 ஸ்பூன்
இஞ்சி- பூண்டு விழுது - 3 ஸ்பூன்
தேங்காய் அரைத்த விழுது - 2 ஸ்பூன்
கொத்தமல்லி இலை - 1 கப்
எண்ணெய் - 100 கிராம்
நெய் - 50 கிராம்
உப்பு - தேவையான அளவு

செய்முறை:

* ஆட்டு ஈரலைக் கழுவிச் சுத்தம் செய்து சிறு துண்டுகளாக நறுக்கிக்கொள்ளவும். அதுபோலவே உருளைக் கிழங்கையும் சுத்தம் செய்து சிறு துண்டுகளாக நறுக்கி வைக்கவும்.
* அரிசியைக் கழுவிச் சுத்தம் செய்து பத்து நிமிடங்கள் ஊற வைக்கவும்.
* பச்சை மிளகாய், தக்காளி, வெங்காயத்தை நறுக்கிக்கொள்ளவும்.
* நறுக்கி வைத்த வெங்காயத்தில் பாதி, மற்றும் தக்காளி, கரம் மசாலாத் தூள், மஞ்சள் தூள், மிளகாய்த் தூள், பாதி இஞ்சி, பூண்டு விழுது, உப்பு, தேங்காய் விழுது அனைத்தையும் ஈரல், உருளைக்கிழங்கு துண்டுகளுடன் சேர்த்துப் பிரட்டி வைக்கவும்.
* பின் குக்கரில் எண்ணெய், நெய் விட்டுக் காய்ந்ததும், பச்சை மிளகாய், வெங்காயத்தைப் போட்டு வதக்கவும். வெங்காயம் நன்கு வதங்கியதும் மீதமுள்ள இஞ்சி, பூண்டு விழுதைப் போட்டு வதக்கவும். இதனுடன் கலந்து வைத்துள்ள ஈரல், உருளைக்கிழங்கு கலவையைக் கொட்டி மேலும் இரண்டு நிமிடங்கள் வதக்கவும். அதில் ஐந்து தம்ளர் தண்ணீர், தேவையான அளவு உப்பு, அரிசி சேர்த்துக் கிளறி இரண்டு விசில் வரும் வரை வேக விட்டு இறக்கவும்.
* குக்கர் மூடி திறந்து பொடியாக நறுக்கிய கொத்தமல்லி இலையைப் போட்டுக் கிளறி, சூடாகப் பரிமாறவும்.
* ஆட்டு ஈரல் பிரியாணி ரெடி.

32. மொஹல் ஈரல் பிரியாணி

தேவையான பொருள்கள்:

பாஸ்மதி அரிசி - 1/2 கிலோ

ஆட்டு ஈரல் - 1/2 கிலோ

பெரிய வெங்காயம் - 2

தக்காளி - 3

சீரகம் - 1/2 ஸ்பூன்

மிளகாய் வற்றல் - 6

கிராம்பு - 4

இஞ்சி - 1 அங்குலத் துண்டு

பூண்டு - 10 பற்கள்

எண்ணெய் - 100 கிராம்

நெய் - 100 கிராம்

தனியாத் தூள் - 2 ஸ்பூன்

பட்டை - 1 துண்டு

உப்பு - தேவையான அளவு

கொத்தமல்லித்தழை - ஒரு கைப்பிடி

செய்முறை:

❖ பாஸ்மதி அரிசியைச் சுத்தம் செய்து, குழையாமல் உதிர் உதிராக வடித்துக் கொள்ளவும்.

❖ ஆட்டு ஈரலைச் சுத்தம் செய்து வைக்கவும்.

❖ மிளகாய் வற்றல், வெங்காயம், இஞ்சி, பூண்டு, சீரகம், கிராம்பு ஆகியவற்றை அரைத்துக் கொள்ளவும்.

❖ ஒரு பாத்திரத்தில் எண்ணெய் + நெய் விட்டுப் பட்டையைப் போடவும். பின்பு அரைத்த மசாலா சேர்த்து, உப்பு போட்டு வதக்கவும். அதில் ஈரல் துண்டுகளைப் போட்டு வதக்கி, ஒரு தம்ளர் தண்ணீர் சேர்த்து வேக விடவும். பிறகு தக்காளித் துண்டுகளைப் போடவும். கொதிக்க விடவும்.

❖ கிரேவி சுருண்டு வரும்பொழுது கொத்தமல்லி இலையைத் தூவி, வெந்த சாதத்தைப் போட்டுக் கிளறவும்.

❖ அட்டகாசமான மொஹல் ஈரல் பிரியாணி ரெடி. பத்து நிமிடம் கழித்துப் பரிமாறவும்.

33. ஆட்டு ஈரல் – காளான் பிரியாணி

தேவையான பொருள்கள்:

பாஸ்மதி அரிசி - 1/2 கிலோ
ஆட்டு ஈரல் - 200 கிராம்
காளான் - 200 கிராம்
பெரிய வெங்காயம் - 1
தக்காளி - 1
பச்சை மிளகாய் - 2
இஞ்சி - பூண்டு விழுது - 1 ஸ்பூன்
சோம்பு - 1 ஸ்பூன்
மிளகாய்த் தூள் - 1 ஸ்பூன்
தனியா தூள் - 1 ஸ்பூன்
மஞ்சள் தூள் - 1/2 ஸ்பூன்
உப்பு - தேவையான அளவு
எண்ணெய் - 50 கிராம்
நெய் - 50 கிராம்
புதினா - ஒரு கைப்பிடி
கொத்தமல்லித்தழை - ஒரு கைப்பிடி
பட்டை - 2
கிராம்பு - 2
ஏலக்காய் - 2
முந்திரிப் பருப்பு - 10

செய்முறை:

❖ பாஸ்மதி அரிசியைச் சுத்தம் செய்து அரை மணி நேரம் ஊற வைக்கவும்.
❖ ஆட்டு ஈரலையும், காளானையும் சிறு துண்டுகளாக நறுக்கி, சுத்தம் செய்து வைக்கவும்.
❖ வெங்காயத்தை நீளமாக நறுக்கவும். தக்காளியை பொடியாக நறுக்கி, பச்சை மிளகாயை கீறி வைக்கவும்.
❖ குக்கரில் எண்ணெய், நெய் விட்டுக் காய்ந்ததும் பட்டை, கிராம்பு, ஏலக்காய், தாளித்து சோம்புத்தூள் சேர்க்கவும். முந்திரிப் பருப்பைப் போடவும். வெங்காயம், தக்காளி, பச்சை மிளகாய், கொத்தமல்லி, புதினா சேர்த்து வதக்கவும்.

53

❖ அடுத்து மஞ்சள் தூள், மிளகாய்த் தூள், தனியா தூள், இஞ்சி பூண்டு விழுது சேர்த்து நன்றாக வதக்கிக் கிளறவும். கடைசியாக ஈரல் சேர்த்து வதக்கி, தேவையான உப்பு சேர்க்கவும். ஒரு தம்ளர் தண்ணீர் ஊற்றி வேக விடவும்.

❖ ஈரல் பாதி வெந்தவுடன் காளான், அரிசியைச் சேர்த்துக் கிளறி ஐந்து தம்ளர் தண்ணீர் ஊற்றி குக்கரை மூடவும்.

❖ இரண்டு விசில் வந்ததும் இறக்கவும். கொத்தமல்லி இலை தூவி, சூடாகப் பரிமாறவும்.

34. காலிஃப்ளவர் – மூளை பிரியாணி

தேவையான பொருள்கள்:

பாஸ்மதி அரிசி - 1/2 கிலோ
ஆட்டு மூளை - 1
காலிஃப்ளவர் - சிறிய பூ 1
பெரிய வெங்காயம் - 2
தக்காளி - 1
பச்சை மிளகாய் - 6
இஞ்சி - பூண்டு விழுது - 2 ஸ்பூன்
கொத்தமல்லித்தழை -1/2 கப்
புதினா - 1/2 கப்
மிளகாய்த் தூள் - 1 ஸ்பூன்
மஞ்சள் தூள் - 1/2 ஸ்பூன்
உப்பு - தேவையான அளவு
சோள மாவு - 1/4 கப்
அரிசி மாவு - 1 ஸ்பூன்
எண்ணெய் - 150 கிராம்
நெய் - 50 கிராம்
பட்டை - 2
கிராம்பு - 2
ஏலக்காய் - 2

செய்முறை:

❖ காலிஃப்ளவரை பூக்களாக உதிர்த்துக்கொண்டு கொதிக்கும் நீரில் போட்டு இரண்டு நிமிடங்களில் நீரை வடித்து ஆற விடவும். பின் அந்த

காலி ஃப்ளவருடன் சோள மாவு, அரிசி மாவு, மிளகாய்த் தூள், மஞ்சள் தூள், உப்பு சேர்த்துப் பிசறி வைக்கவும்.

❖ அடுத்தபடியாக பாஸ்மதி அரிசியைச் சுத்தம் செய்து அரை மணி நேரம் ஊற விடவும்.

❖ ஆட்டு மூளையைச் சுத்தம் செய்யவும்.

❖ பிறகு குக்கரில் எண்ணெய் + நெய்யில் பாதியளவு விட்டு, பட்டை, கிராம்பு, ஏலக்காய் தாளிக்கவும். நறுக்கிய வெங்காயம், தக்காளி, பச்சை மிளகாய் சேர்த்து வதக்கவும். பின் இஞ்சி, பூண்டு விழுது, மஞ்சள் தூள், மிளகாய்த் தூள், புதினா, கொத்தமல்லியைச் சேர்த்து வதக்கவும்.

❖ எல்லாம் நன்கு வதங்கியதும் ஆட்டு மூளையைப் போட்டு உடையாமல் வதக்கவும்.

❖ வதக்கிய பிறகு ஊறிய அரிசியைக் கொட்டிக் கிளறவும். ஐந்து தம்ளர் தண்ணீர் விட்டு வேக விடவும். இரண்டு விசில் வந்ததும் குக்கரை இறக்கி வைக்கவும்.

❖ கடைசியாக வாணலியில் எண்ணெய் ஊற்றி பிசறி வைத்திருக்கும் காலிஃப்ளவரைப் பொன்னிறமாகப் பொரித்து எடுக்கவும்.

❖ குக்கரைத் திறந்து பொரித்த காலி ஃப்ளவரைப் போட்டு நன்கு கிளறி அமுக்கி வைக்கவும். தோசைக் கல்லை அடுப்பில் வைத்து நீருற்றி கொதித்ததும் குக்கரை வைத்து தம் போட்டு ஐந்து நிமிடங்களில் இறக்கி சுடச் சுட பரிமாறவும்.

35. ஆட்டு மண்ணீரல் பிரியாணி

தேவையான பொருள்கள்:

பாஸ்மதி அரிசி - 1/2 கிலோ

மண்ணீரல் - 1/4 கிலோ

பெரிய வெங்காயம் - 3

தக்காளி - 3

பச்சை மிளகாய் - 4

இஞ்சி-பூண்டு விழுது - 2 ஸ்பூன்

மிளகாய்த் தூள் - 1 ஸ்பூன்

தனியா தூள் - 1 ஸ்பூன்

மஞ்சள் தூள் - 1/2 ஸ்பூன்

பட்டை - 2

கிராம்பு - 2

ஏலக்காய் -2

பிரிஞ்சி இலை - 2

உப்பு - தேவையான அளவு

எண்ணெய் - 50 கிராம்

நெய் - 2 ஸ்பூன்

கொத்தமல்லித்தழை -1/2 கப்

சோம்பு - 1 ஸ்பூன்

செய்முறை:

❖ முதலில் பாஸ்மதி அரிசியைக் கழுவிச் சுத்தம் செய்து 20 நிமிடம் ஊற வைத்து, குக்கரில் 5 தம்ளர் தண்ணீர் விட்டு, ஒரு விசில் வரை வைத்து சாதம் வடித்துக்கொள்ளவும்.

❖ மண்ணீரலைச் சிறு துண்டுகளாக நறுக்கி, சுத்தம் செய்யவும்.

❖ தக்காளி, சோம்பு, பச்சை மிளகாய், வெங்காயம் நான்கையும் சேர்த்து விழுதாக அரைக்கவும்.

❖ பின் வாணலியில் எண்ணெய் ஊற்றி பட்டை, கிராம்பு, ஏலக்காய், பிரிஞ்சி இலை தாளிக்கவும். இஞ்சி, பூண்டு விழுது சேர்த்து வதக்கவும். பச்சை வாசனை போனதும் அரைத்து வைத்துள்ள வெங்காயம், தக்காளி விழுதைச் சேர்த்து வதக்கவும். அதனுடன் மண்ணீரலைப் போட்டு வதக்கவும்.

❖ எல்லாம நன்கு வதங்கியதும் மிளகாய்த் தூள், தனியா தூள், மஞ்சள் தூள், தேவையான அளவு உப்பு சேர்த்து வதக்கவும். தூள் நெடி போனதும் தண்ணீர் ஊற்றி நன்கு கொதிக்கவிடவும்.

❖ மண்ணீரல் வெந்து தண்ணீர் சுண்டி தொக்கு பதத்துக்கு வந்ததும் கொத்தமல்லி இலையைத் தூவவும்.

❖ தொக்குடன் சூடான சாதத்தைச் சேர்த்து நன்கு கிளறவும். மண்ணீரல் பிரியாணி ரெடி.

❖ பிரியாணிமீது நெய் ஊற்றி மூடி வைக்கவும். பத்து நிமிடங்களுக்குப் பிறகு பரிமாறவும்.

சிக்கன் பிரியாணி வகைகள்

36. நாட்டுக்கோழி பிரியாணி

தேவையான பொருள்கள்:

- பாஸ்மதி அரிசி - 1/2 கிலோ
- நாட்டுக்கோழி - 1/2 கிலோ
- இஞ்சி - பெரிய துண்டு
- பூண்டு - 10 பற்கள்
- வெங்காயம் - 2
- தக்காளி - 2
- பச்சை மிளகாய் - 2
- தயிர் - 1/2 கப்
- எலுமிச்சை - 1
- கரம் மசாலாத் தூள் - 1/2 ஸ்பூன்
- மஞ்சள் தூள் - 1 ஸ்பூன்
- மிளகாய்த்தூள் - 1/2 ஸ்பூன்
- முந்திரி - 10
- பட்டை - 3
- ஏலக்காய் - 3
- பிரியாணி இலை - 2
- கிராம்பு - 3
- உப்பு - தேவையான அளவு
- கொத்தமல்லித்தழை - 1/2 கப்
- புதினா - 1/2 கப்
- நெய் - 50 கிராம்
- எண்ணெய் - 100 கிராம்

செய்முறை:

❖ கோழிக்கறியை மஞ்சள் சேர்த்துச் சுத்தம் செய்துகொள்ளவும்.

❖ பச்சை மிளகாய், இஞ்சி - பூண்டு ஆகியவற்றைத் தனித் தனியாக விழுதாக அரைத்துக் கோழிக் கறியுடன் சேர்க்கவும். கூடவே தயிர், மஞ்சள், உப்பு சேர்த்துக் கறியை அரை மணி நேரம் ஊறவிடவும்.

- பாஸ்மதி அரிசியை ஒரு விசில் வரை வேக விட்டு, சாதத்தை உதிர் உதிராக எடுத்துக்கொள்ளவும்.
- முந்திரியை விழுதாக அரைத்துக்கொள்ளவும்.
- பிறகு குக்கரில் நெய், எண்ணெய் ஊற்றிக் காய்ந்ததும் பட்டை, கிராம்பு, ஏலக்காய், பிரியாணி இலை சேர்த்துப் பொரிய விடவும். வெங்காயம் சேர்த்துப் பொன்னிறமாக வதக்கவும். தக்காளி சேர்த்து கூழாக வதக்கிக்கொள்ளவும். கூடவே மஞ்சள் தூள், மிளகாய்த் தூள், கரம் மசாலா தூள், தேவையான அளவு உப்பு, எலுமிச்சை சாறு, புதினா இலைகளைச் சேர்த்து நன்றாக வதக்கவும்.
- கடைசியாக ஊறவைத்த கறிக்கலவையை குக்கரில் கொட்டி, எண்ணெய் பிரியும்வரை வதக்கவும். அதனுடன் அரைத்த முந்திரி விழுதைச் சேர்த்து வதக்கி, இரண்டு கப் தண்ணீர் சேர்த்து குக்கரை மூடவும்.
- 5 விசில் வந்ததும் குக்கரை இறக்கி ஐந்து நிமிடம் கழித்து குக்கரைத் திறந்து, மீண்டும் அடுப்பில் மிதமான தீயில் வைக்கவும். வேக வைத்த சாதத்தை அதில் கொட்டி, கலந்து, மேலும் ஐந்து நிமிடங்கள் வரை மூடி வைத்து வேக விடவும்.
- கொத்தமல்லி இலைகளைத் தூவிச் சுடச் சுடப் பரிமாறவும்.

37. சீரகச் சம்பா கோழி பிரியாணி

தேவையான பொருள்கள்:

சீரகச் சம்பா அரிசி - 1/2 கிலோ
கோழிக் கறி - 1/2 கிலோ
பெரிய வெங்காயம் - 1
தக்காளி - 2
பச்சை மிளகாய் - 5
இஞ்சி- பூண்டு விழுது - 2 ஸ்பூன்
புதினா - 1 கப்
கொத்தமல்லித்தழை - 1/2 கப்
எலுமிச்சை - 1 மூடி
தயிர் - 1/2 கப்
எண்ணெய் - 100 கிராம்
வெண்ணெய் - 2 ஸ்பூன்
ஜாதிக்காய்த்தூள் - 1/4 ஸ்பூன்

சீரகத் தூள் - 1 ஸ்பூன்
கரம் மசாலாத்தூள் - 1 ஸ்பூன்
தனியாத்தூள் - 1 ஸ்பூன்
காய்ந்த மிளகாய்த்தூள் - 1 ஸ்பூன்
சாம்பார் மிளகாய்த்தூள் - 1 ஸ்பூன்
மஞ்சள் கலர் - 2 சிட்டிகை
பட்டை - 1
கிராம்பு - 4
அன்னாசிப் பூ - 2
பிரிஞ்சி இலை - 2
ஏலக்காய் - 2
நெய் - 2 ஸ்பூன்
உப்பு - தேவையான அளவு

செய்முறை:

❖ பாஸ்மதி அரிசியைக் கழுவிச் சுத்தம் செய்து 20 நிமிடம் ஊற வைக்கவும்.

❖ கோழிக்கறியைச் சுத்தம் செய்து நறுக்கிக்கொள்ளவும்.

❖ வெங்காயம், தக்காளி, பச்சை மிளகாயை நறுக்கவும்.

❖ கோழிக்கறியில் தயிர், இஞ்சி-பூண்டு விழுதில் பாதி, ஜாதிக்காய்த்தூள், மஞ்சள் தூள், மிளகாய்த்தூள், உப்பு சேர்த்து அரை மணி நேரம் ஊற வைக்கவும்.

❖ குக்கரில் எண்ணெய், வெண்ணெய் சேர்த்து சூடானதும் பட்டை, கிராம்பு, அன்னாசிப் பூ, பிரிஞ்சி இலை, ஏலக்காய் சேர்த்துப் பொரிய விடவும். வெங்காயம் சேர்த்து வதக்கவும். கோழிக்கறியில் சேர்த்தது போக மீதமிருக்கும் இஞ்சி-பூண்டு விழுது சேர்த்து வதக்கவும். தக்காளி, பச்சை மிளகாய், புதினா சேர்த்து வதக்கவும்.

❖ நன்கு வதங்கியதும் வர மிளகாய்த்தூள், தனியாத் தூள், சீரகத்தூள், கரம் மசாலாத்தூள் சேர்த்து வதக்கவும். கடைசியாக ஊற வைத்த கோழிக் கறியையும் போட்டு, ஒரு மூடி எலுமிச்சை சாற்றைப் பிழிந்து விடவும். வெயிட் போடாமல் 10 நிமிடங்கள் மெல்லிய தீயில் வைக்கவும்.

❖ பின் 4 தம்ளர் தண்ணீர் சேர்த்து, அரிசியைப் போடவும். தீயைக் கொஞ்சம் அதிகப்படுத்தி, குக்கரில் வெயிட் போடவும்.

❖ ஒரு விசில் வந்தவுடன் தீயைக் குறைத்து, 5 நிமிடங்கள் வரை வைத்திருந்து, இறக்கவும்.

❖ ஒரு ஸ்பூன் நெய் ஊற்றி, கொத்தமல்லி இலை தூவிப் பரிமாறவும்.

38. பாரம்பரிய சிக்கன் பிரியாணி

தேவையான பொருள்கள்:

பிரியாணி அரிசி - 1/2 கிலோ
சிக்கன் - 1/4 கிலோ
பெரிய வெங்காயம் - 5
தக்காளி - 10
தேங்காய்த் துருவல் - 1/4 கப்
கசகசா - 1 ஸ்பூன்
முந்திரி - 15
கொத்தமல்லித்தழை - 1/2 கப்
இஞ்சி - பூண்டு விழுது - 3 ஸ்பூன்
பட்டை - 2
கிராம்பு - 3
ஏலக்காய் - 3
தயிர் - 2
மிளகாய்த் தூள் - 1/2 கப்
கரம் மசாலாத் தூள் - 1/2 ஸ்பூன்
கல் உப்பு - 1 ஸ்பூன்
தூள் உப்பு - 1/4 ஸ்பூன்
பச்சைப் பட்டாணி - 1/4 கப்
பன்னீர் - 1 ஸ்பூன்
மஞ்சள் கலர் பவுடர் - 2 சிட்டிகை
சிவப்பு கலர் பவுடர் - 2 சிட்டிகை
நெய் - 100 கிராம்
எண்ணெய் - 200 கிராம்

செய்முறை:

❖ பாஸ்மதி அரிசியைச் சுத்தம் செய்து, 15 நிமிடம் ஊற வைக்கவும். ஒரு பாத்திரத்தில் முக்கால் அளவு தண்ணீர் ஊற்றிக் கொதி வந்ததும், ஊற வைத்த அரிசியைப் போட்டு ஒரு தேக்கரண்டி கல் உப்பு, மஞ்சள் கலர் பவுடர் போட்டு வேக விடவும். அரிசி வெந்ததும் சாதம் வடித்து எடுத்துக்கொள்ளவும்.

❖ பெரிய வெங்காயத்தைத் தோல் உரித்து நீளவாக்கில் மெல்லியதாக நறுக்கிக்கொள்ளவும். தக்காளியைச் சிறு சிறு துண்டுகளாக நறுக்கவும். பச்சை மிளகாயை இரண்டாகக் கீறி வைத்துக்கொள்ளவும். கொத்தமல்லியைச் சுத்தம் செய்து வைக்கவும்.

- ❖ கோழிக்கறியை பெரிய துண்டுகளாக நறுக்கிச் சுத்தம் செய்து வைக்கவும்.
- ❖ அடுத்து ஒரு பாத்திரத்தில் கோழிக் கறியைப் போட்டு, அதனுடன் கறி மசாலாத் தூள், ஒரு மேசைக் கரண்டி கல் உப்பு போட்டு நன்கு கிளறி, அதில் தயிரை ஊற்றி பத்து நிமிடம் ஊற வைக்கவும்.
- ❖ பின் அடுப்பில் வாணலி வைத்து எண்ணெய் ஊற்றாமல் பட்டை, கிராம்பு, ஏலக்காய் வறுத்து எடுத்து, பொடிக்கவும்.
- ❖ பிறகு மீண்டும் அடுப்பில் வாணலி வைத்து ஒரு டேபிள் ஸ்பூன் எண்ணெய் ஊற்றிக் காய்ந்ததும், நறுக்கி வைத்துள்ள மொத்த வெங்காயத்தில் முக்கால் பங்கு வெங்காயத்தைப் போட்டு நன்கு பொன்னிறமாக வறுத்து எடுக்கவும்.
- ❖ அப்படி வறுத்து எடுத்த வெங்காயத்தில் பொடித்த தூளைச் சேர்த்துக் கலந்து தனியே வைக்கவும்.
- ❖ அடுத்தபடியாக அதே வாணலியில் மீண்டும் எண்ணெய் ஊற்றி மீதமுள்ள நறுக்கிய வெங்காயத்தைப் போட்டு இரண்டு நிமிடம் வதக்கவும். வெங்காயம் நன்கு வதங்கியதும் இஞ்சி, பூண்டு விழுது, மிளகாய்த் தூள் போட்டு வதக்கி பச்சை வாசனை போனதும், தக்காளி, பச்சை மிளகாய், கொத்தமல்லி போட்டு மூன்று நிமிடம் வதக்கவும்.
- ❖ பிறகு ஊற வைத்திருக்கும் கோழிக்கறியை சேர்த்து, கூடவே கால் கப் தண்ணீர் ஊற்றி, பச்சை பட்டாணி, கால் தேக்கரண்டி உப்பு சேர்த்து, நன்கு கிளறவும். தீயைக் குறைத்து வைத்து மூடி விடவும்.
- ❖ 15 நிமிடம் கழித்துத் திறந்து கிளறி மீண்டும் மூடி விடவும்.
- ❖ தேங்காய், கசகசா இரண்டையும் மிக்ஸியில் போட்டு 1/4 கப் தண்ணீர் ஊற்றி அரைத்துக் கொண்டு, ஐந்து நிமிடம் கழித்து மூடியைத் திறந்து அரைத்து வைத்திருக்கும் தேங்காய், கசகசா விழுதைப் போட்டுக் கிளறி மீண்டும் மூடி விடவும்
- ❖ 5 நிமிடத்துக்குப் பிறகு மீண்டும் கொதி வந்ததும் சிக்கன் கிரேவியில் வடித்து வைத்திருக்கும் சாதத்தைப் போட்டு நன்கு கிளறி விடவும்.
- ❖ பின் அந்த சாதத்தின் மேலாக ஏற்கெனவே வறுத்து எடுத்து வைத்திருக்கும் வெங்காயத்தைப் போட்டு மூடி விடவும்.
- ❖ பிறகு ஒரு வாணலியில் நெய் ஊற்றிக் காய்ந்ததும் முந்திரியை வறுத்து, சாதத்துடன் போடவும்.
- ❖ பன்னீரில் கலர் பவுடரை போட்டுக் கரைத்து பிரியாணியில் ஊற்றிக் கலந்து கொள்ளவும். மூடி போட்டு ஒரு நிமிடம் கழித்து எல்லாவற்றையும் ஒன்றாகச் சேரும்படி நன்கு கிளறி அடுப்பில் இருந்து இறக்கி விடவும்.

39. மொஹல் சிக்கன் பிரியாணி - I

தேவையான பொருள்கள்:

பாஸ்மதி அரிசி - 1/2 கிலோ
கோழிக்கறி - 1/2 கிலோ
பெரிய வெங்காயம் - 350 கிராம்
தக்காளி - 1/4 கிலோ
பச்சை மிளகாய் - 4
எலுமிச்சை - 1 பழம்
இஞ்சி - 100 கிராம்
பூண்டு - 50 கிராம்
மிளகு - 1 ஸ்பூன்
சீரகம் - 1 ஸ்பூன்
தேங்காய் - 1 மூடி
கசகசா - 2 ஸ்பூன்
தயிர் - 1/2 கப்
மிளகாய்த் தூள் - 1 ஸ்பூன்
கேசரி பவுடர் - ஒரு சிட்டிகை
முந்திரி - 10
திராட்சை - 10
கொத்தமல்லித்தழை -1 கப்
புதினா - 1 கப்
பட்டை - 4 துண்டு
கிராம்பு - 4
ஏலக்காய் - 4
எண்ணெய் - 100 கிராம்
நெய் - 100 கிராம்
உப்பு - தேவையான அளவு

செய்முறை:

❖ பாஸ்மதி அரிசியைச் சுத்தம் செய்து, ஐந்து நிமிடம் ஊற வைக்கவும்.
❖ கோழிக் கறியைச் சுத்தம் செய்து எடுத்துக்கொள்ளவும்.
❖ அடுத்து அடுப்பில் வாணலி வைத்து எண்ணெய் ஊற்றிக் காய்ந்ததும் 2

பட்டை, 2 கிராம்பு, 2 ஏலக்காய் தாளித்து அரிசி, உப்பு சேர்த்து, அரை பதமாக வேக வைத்து, தண்ணீரை வடித்து விடவும்.

❖ பெரிய வெங்காயத்தை நீளமாக நறுக்கிக் கொள்ளவும்.

❖ அதில் பாதியை எண்ணெயில் பொறித்து எடுத்து, அதனுடன் இஞ்சி, பூண்டு, மிளகு, சீரகம் சேர்த்து விழுதாக அரைக்கவும்.

❖ தேங்காயைத் துருவி, வெறும் வாணலியில் வதக்கி எடுத்து, கசகசாவுடன் சேர்த்து அரைத்து தனியே வைக்கவும்.

❖ அடுத்தபடியாக ஒரு வாணலியில் எண்ணெய் + நெய் ஊற்றி, மீதி பட்டை, கிராம்பு, ஏலக்காய் தாளிக்கவும். மீதமுள்ள வெங்காயத்தைச் சேர்த்து வதக்கவும். இஞ்சி, பூண்டு, மிளகு, சீரகம் சேர்த்து அரைத்த விழுதையும் வெங்காயத்துடன் போட்டு வதக்கவும். தக்காளி, பச்சை மிளகாய் சேர்த்து வதக்கவும். சுத்தம் செய்த கோழிக் கறியைச் சேர்த்து வதக்கவும்.

❖ எல்லாம் சேர்ந்து பாதி வதங்கியதும், மிளகாய்த் தூள், தயிர், எலுமிச்சைச் சாறு, தேங்காய் விழுது, கொத்தமல்லி, புதினா உப்பு சேர்த்து வதக்கவும். ஒரு தம்ளர் தண்ணீர் ஊற்றி வேக விடவும். சிக்கன் நன்றாக வெந்தவுடன் ருசி பார்க்கவும்.

❖ பிறகு ஒரு பாத்திரத்தில் கொஞ்சம் சாதம் போடவும். அதன் மேல் கொஞ்சம் வறுத்த முந்திரி, திராட்சை சேர்க்கவும். அதன்மீது சிக்கன் கிரேவியைப் பரப்பவும். பின் மறுபடியும் சாதம், வறுத்த முந்திரி, திராட்சை, சிக்கன் கிரேவி என்று மாற்றி மாற்றிப் பரப்பவும்.

❖ கேசரிப் பவுடரைத் தண்ணீரில் கரைத்து ஆங்காங்கே சிறிது, சிறிதாகத் தெளிக்கவும். பிறகு அப்படியே அழுத்தி வைத்து, தட்டு போட்டு மூடவும்.

❖ ஒரு தோசைக் கல்லை அடுப்பில் வைத்துச் சிறிது தண்ணீர் ஊற்றவும். தண்ணீர் கொதித்ததும், பிரியாணி பாத்திரத்தைத் தோசைக் கல்லின் மேல் வைத்து தம் போடவும்.

❖ எட்டு பத்து நிமிடங்கள் ஆனதும் நன்றாகக் கிளறி விட்டுப் பரிமாறவும்.

40. மொஹல் சிக்கன் பிரியாணி –II

தேவையான பொருள்கள்:

சிக்கன் - 1/2 கிலோ

பாஸ்மதி அரிசி - 1/2 கிலோ

பெரிய வெங்காயம் - 6

தக்காளி - 6

பச்சை மிளகாய் - 12

தேங்காய்த் துருவல் - 1/2 கப்

கசகசா - ஒரு ஸ்பூன்

முந்திரி - 15

கொத்தமல்லித்தழை - 1/2 கப்

இஞ்சி - பூண்டு விழுது - 3 ஸ்பூன்

சாஜீரா - 1/4 ஸ்பூன்

ஏலக்காய் - 4

பட்டை - 4

கிராம்பு - 4

மிளகாய்த் தூள் - 2 ஸ்பூன்

கரம் மசாலாத்தூள் - 1 ஸ்பூன்

தயிர் - 1/3 கப்

பன்னீர் - 1 ஸ்பூன்

பச்சைப் பட்டாணி - 1/2 கப்

மஞ்சள் கலர் - சிறிது

சிவப்பு கலர் - சிறிது

நெய் - 50 கிராம்

எண்ணெய் - 100 கிராம்

உப்பு - தேவையான அளவு

செய்முறை:

- *வெங்காயத்தை நீளமாக நறுக்கவும். தக்காளியை பொடியாக நறுக்கவும். பச்சை மிளகாயைக் கீறி வைக்கவும்.*
- *கோழிக்கறியைச் சுத்தம் செய்து அதனுடன் கறி மசாலாத் தூள், சிறிது உப்பு, தயிரைச் சேர்த்துப் பிசறி வைக்கவும்.*
- *பாஸ்மதி அரிசியை 15 நிமிடங்கள் ஊற வைத்து, மஞ்சள் கலர் சேர்த்து, ஒரு விசில் வரை குக்கரில் வைத்து சாதம் வடித்துக் கொள்ளவும்.*
- *பின் வாணலியில் எண்ணெய் விட்டு, நறுக்கி வைத்துள்ள வெங்காயத்தில் பாதி வெங்காயத்தைப் போட்டு, பொன்னிறமாக வறுத்து எடுத்து வைக்கவும்.*
- *பட்டை, கிராம்பு, சஜீரா, ஏலக்காயை வெறும் வாணலியில் வறுத்து மிக்ஸியில் நன்றாகப் பொடிக்கவும். இந்தப் பொடியைப் பொன்னிறமாகப் பொறித்த வெங்காயத்தின் மீது கொட்டி, பிசறி வைக்கவும்.*

* பின் மீண்டும் வாணலியில் எண்ணெய் ஊற்றிக் காய்ந்ததும் மீதி வெங்காயத்தைப் போட்டு வதக்கவும். வெங்காயம் வதங்கியதும் இஞ்சி-பூண்டு விழுது, மிளகாய்த்தூள் சேர்த்து நன்கு வதக்கவும். தக்காளி, பச்சை மிளகாய், கொத்தமல்லி சேர்த்து வதக்கவும்.
* பச்சை வாசனை போக வதக்கிய பிறகு, பிசறி ஊற வைத்த கோழிக்கறியைச் சேர்த்துப் பிரட்டி வதக்கவும். அதனுடன் பச்சைப் பட்டாணி, தேவையான உப்பு சேர்த்து, அரை கப் தண்ணீர் ஊற்றவும். குறைந்த தீயில் கறியை வேக வைக்கவும். நடுநடுவே கிளறி விடவும்.
* முதல் கொதி வந்ததும் தேங்காய்த்துருவலுடன் கசகசா சேர்த்து அரைத்து, அந்த விழுதைக் கோழிக்கறியில் சேர்க்கவும்.
* கோழிக்கறி வெந்து, மசாலா வாசனை வந்தவுடன் உப்பு பார்க்கவும்.
* இந்தக் கலவையில் வெந்த சாதத்தைச் சேர்த்துக் கிளறவும்.
* சாதத்தின் மீது பொரித்த வெங்காயத்தைப் பரப்பி, மூடவும்.
* வாணலியில் நெய் ஊற்றி, முந்திரியை வறுக்கவும்.
* சாதத்தின் மீது முந்திரியைப் பரப்பவும். பன்னீரில் சிவப்பு கலரைக் கலந்து சாதத்தின் மீது ஊற்றவும். இரண்டு நிமிடம் மூடி வைக்கவும். நன்கு கிளறி, அடுப்பிலிருந்து இறக்கவும்.

41. சிக்கன் பீஸ் பிரியாணி

தேவையான பொருள்கள்:

சிக்கன் - 300 கிராம்
பாஸ்மதி அரிசி - 1/2 கிலோ
பட்டாணி - 1/2 கப்
பெரிய வெங்காயம் - 2
பச்சை மிளகாய் - 4
உருளைக் கிழங்கு - ஒன்று (பெரியது)
முந்திரி - 10
கசகசா - 1 ஸ்பூன்
சோம்பு - 1 ஸ்பூன்
தேங்காய்த் துருவல் - 1 கப்
மிளகாய்த் தூள் - 1
எலுமிச்சை - 1
கறி மசாலாத் தூள் - 1 ஸ்பூன்
எண்ணெய் - 100 கிராம்

நெய் - 50 கிராம்
மஞ்சள் தூள் - 1/2 ஸ்பூன்
உப்பு - தேவையான அளவு
புதினா - ஒரு கைப்பிடி
கொத்தமல்லித்தழை - ஒரு கைப்பிடி
இஞ்சி - பூண்டு விழுது - 2 ஸ்பூன்

செய்முறை:

❖ பாஸ்மதி அரிசியைச் சுத்தம் செய்து பத்து நிமிடங்கள் ஊற வைக்கவும்.

❖ கோழியைத் துண்டுகளாக்கிச் சுத்தம் செய்து கொள்ளவும்.

❖ உருளைக் கிழங்கைச் சிறு துண்டுகளாக நறுக்கவும். வெங்காயத்தைப் பொடியாக நறுக்கவும். பச்சை மிளகாயை கீறி வைக்கவும்.

❖ பின் வாணலியில் எண்ணெய் ஊற்றிக் காய்ந்ததும் சோம்பு தாளித்து நறுக்கிய வெங்காயம், பச்சை மிளகாய், கசகசா, தேங்காய்த் துருவல் சேர்த்து வதக்கி, விழுதாக அரைத்துக் கொள்ளவும்.

❖ அடுத்து அடுப்பில் குக்கர் வைத்து எண்ணெய் + நெய் விட்டு, மசாலாத் தூள், இஞ்சி - பூண்டு விழுது, மிளகாய்த் தூள் சேர்த்து வதக்கவும். அதில் தேங்காய் விழுது, பட்டாணி, உருளைக் கிழங்கு, கோழிக்கறி சேர்த்து வதக்கவும். பாஸ்மதி அரிசி, புதினா, கொத்தமல்லி, உப்பு சேர்த்து வதக்கவும். கடைசியாக ஐந்து தம்ளர் தண்ணீர் விட்டு, எலுமிச்சைச் சாறு சேர்த்து, இரண்டு விசில் வைத்து இறக்கவும்.

❖ பத்து நிமிடங்கள் கழித்து வறுத்த முந்திரியைக் கலந்து பரிமாறவும்.

42. ஆம்பூர் சிக்கன் பிரியாணி

தேவையான பொருள்கள்:

சிக்கன் - 1/2 கிலோ
பாஸ்மதி - 1/2 கிலோ
வெங்காயம் - 3
தக்காளி - 3
மிளகாய்த்தூள் - 1 ஸ்பூன்
புதினா - 1/2 கப்
கொத்தமல்லித்தழை - 1/2 கப்
இஞ்சி - பூண்டு விழுது - 2 ஸ்பூன்

தயிர் - 1 கப்
எலுமிச்சை சாறு - 1 ஸ்பூன்
மஞ்சள், சிவப்பு கலர் - தலா 1 சிட்டிகை
உப்பு - தேவையான அளவு
எண்ணெய் -100 கிராம்
கிராம்பு - 5
ஏலக்காய் - 6

செய்முறை:

- ❖ பாஸ்மதி அரிசியைச் சுத்தம் செய்து, பத்து நிமிடங்கள் ஊற வைக்கவும்.
- ❖ சிக்கனைச் சுத்தம் செய்து வைக்கவும்.
- ❖ வெங்காயம், தக்காளி, பச்சை மிளகாயை நறுக்கவும்.
- ❖ ஒரு பாத்திரத்தில் 5 தம்ளர் தண்ணீர் விட்டு, அரிசியைப் போட்டு, உதிர் உதிராக வடிக்கவும்.
- ❖ பின் அகலமான பாத்திரத்தில் எண்ணெய் விட்டு, கிராம்பு, ஏலக்காய் போட்டு தாளிக்கவும். வெங்காயம் சேர்த்து வதக்கவும். இஞ்சி-பூண்டு விழுது சேர்த்து வதக்கவும். கூடவே தக்காளி, புதினா, கொத்தமல்லி சேர்த்து வதக்கவும்.
- ❖ தக்காளி நன்கு வதங்கியதும் மிளகாய்த்தூள் சேர்த்து வதக்கவும். அடுத்து தயிர் ஊற்றி வதக்கி, சிக்கனையும் சேர்த்து, 15 நிமிடங்கள் வதக்கவும்.
- ❖ அதன் பிறகு 1 கப் தண்ணீர் விட்டு நன்கு கொதிக்கவிடவும்.
- ❖ கிரேவி நன்கு கொதித்து சிக்கன் வெந்ததும் எலுமிச்சை சாறு சேர்க்கவும்.
- ❖ கிரேவியில் சாதத்தைக் கொட்டிக் கிளறவும். மஞ்சள், சிவப்பு கலர்களைத் தனித் தனியாகக் கரைத்து மேலே ஊற்றவும்.
- ❖ தடிமனான தட்டை போட்டு மூடி, அதன் மீது துணியால் கட்டவும். மெல்லிய தீயில் அடுப்பில் பத்து நிமிடங்கள் வைத்து, இறக்கவும்.
- ❖ சுவையான ஆம்பூர் சிக்கன் பிரியாணி ரெடி.

43. செட்டிநாட்டு சிக்கன் பிரியாணி

தேவையான பொருள்கள்:

பாஸ்மதி அரிசி - 1/2 கிலோ
கோழிக்கறி - 1/2 கிலோ
வெங்காயம் - 2

தக்காளி - 2

பச்சை மிளகாய் - 8

இஞ்சி - பூண்டு விழுது - 2 ஸ்பூன்

தேங்காய்ப் பால் - 2 கப்

தண்ணீர் - 2 கப்

கொத்தமல்லித்தழை - ஒரு கைப்பிடி

புதினா - ஒரு கைப்பிடி

தயிர் - 1/2 கப்

எண்ணெய் - 100 கிராம்

நெய் - 3 ஸ்பூன்

உப்பு - தேவையான அளவு

மஞ்சள் தூள் - 1/2 ஸ்பூன்

மிளகாய்த் தூள் - 1 ஸ்பூன்

கரம் மசாலாத் தூள் - 1/2 ஸ்பூன்

பட்டை - 2

கிராம்பு - 4

பிரியாணி இலை - 1

ஏலக்காய் - 4

செய்முறை:

❖ முதலில் பாஸ்மதி அரிசியைச் சுத்தம் செய்து 20 நிமிடம் ஊறவைக்கவும்.

❖ அடுத்து கோழிக்கறியை கழுவிச் சுத்தம் செய்துகொண்டு அதனுடன் பாதி தயிர், மஞ்சள் தூள், சிறிது உப்பு சேர்த்துப் பிசறி வைக்கவும்.

❖ வெங்காயத்தை நீளமாக நறுக்கவும். தக்காளியைப் பொடியாக அரியவும். பச்சை மிளகாயை இரண்டாகக் கீறவும்.

❖ பின் ஒரு பாத்திரத்தில் எண்ணெய், 2 ஸ்பூன் நெய் விட்டுக் காய்ந்ததும் பட்டை, பிரியாணி இலை, கிராம்பு, ஏலக்காய் போட்டுப் பொரிய விடவும். இதில் நறுக்கிய பச்சை மிளகாய், வெங்காயம் சேர்த்து வதக்கவும்.

❖ பாதி வதங்கியதும் இஞ்சி- பூண்டு விழுது சேர்த்து நன்றாக வதக்கவும். தக்காளி சேர்த்துக் கரைகிற வரை வதக்கவும். பின் மீதமிருக்கும் தயிர், மிளகாய்த் தூள், உப்பு, கொத்தமல்லி, புதினா சேர்த்துக் கிளறவும். கடைசியாக கோழிக்கறியைச் சேர்த்துக் கிளறி வேக விடவும்.

* கோழி வெந்ததும் அதனுடன் தேங்காய்ப் பால், தண்ணீர் சேர்த்துக் கொதிக்கவிடவும். கொதி வந்ததும் அரிசியைக் கொட்டி மூடி போட்டு மூடி வேக விடவும். சாதம் முக்கால் பாகம் வெந்ததும் அதன் மேல் கரம் மசாலாத் தூள் தூவிக் கிளறவும். ஒரு ஸ்பூன் நெய் சேர்த்து சிறு தீயில் மேலும் 10 - 15 நிமிடம் தம் போடவும்.

* சாதம் முழுதாக வெந்ததும் இறக்கி விடவும். கொத்தமல்லி இலை தூவிப் பரிமாறவும்.

44. மலேஷியன் சிக்கன் பிரியாணி

தேவையான பொருள்கள்:

பாஸ்மதி அரிசி - 1/2 கிலோ
கோழிக்கறி - 1/2 கிலோ
இஞ்சி - 1 துண்டு
பூண்டு - 15 பற்கள்
பச்சை மிளகாய் - 2
கசகசா - 50 கிராம்
சின்ன வெங்காயம் - 1 கப்
தேங்காய்ப் பால் - 2 கப்
பட்டை - 3
கிராம்பு - 3
முந்திரி - 10
பாதாம் - 10
கரம் மசாலாத் தூள் - 1/2 ஸ்பூன்
மஞ்சள் தூள் - 1/2 ஸ்பூன்
நெய் - 2 ஸ்பூன்
சமையல் எண்ணெய் - 50 கிராம்
உப்பு - தேவையான அளவு

செய்முறை:

* சிறிது மஞ்சள் தூள் சேர்த்துக் கோழிக்கறியைச் சுத்தம் செய்து வைக்கவும்.
* பாஸ்மதி அரிசியை அரை மணி நேரம் ஊற விடவும்.
* இஞ்சி, பூண்டு, பச்சை மிளகாய், கசகசா, முந்திரி, பாதாம் அனைத்தையும் ஒன்றாகப் போட்டு நன்கு விழுதாக அரைக்கவும்.

❖ பிறகு ஒரு பாத்திரத்தில் தேங்காய் பால் 2 கப், தண்ணீர் 2 கப் ஊற்றி, உப்பு சேர்த்து கொதித்ததும், அரிசியைப் போட்டு வேக விடவும்.

❖ அடுத்து மற்றொரு அடுப்பில் வாணலி வைத்து நெய், எண்ணெய் ஊற்றிக் காய்ந்ததும் பட்டை, கிராம்பு போட்டுத் தாளிக்கவும். நறுக்கிய சின்ன வெங்காயத்தைக் கொட்டி நன்றாக வதக்கவும். மஞ்சள் தூள், கரம் மசாலா சேர்த்துக் கிளறவும். அடுத்து அரைத்த விழுதைக் கொட்டி எண்ணெய் பிரியும் வரை வதக்கவும். பின் சிறிது உப்பு சேர்த்து, கோழிக்கறியைப் போட்டுக் கிளறவும். அரை கப் தண்ணீர் சேர்த்துக் கறியை சுமார் இருபது நிமிடங்கள்வரை வேக விடவும்.

❖ இதற்குள் அரிசி தேங்காய்ப் பாலை இழுத்து, சாதமாக மாறியிருக்கும். சாதத்தின் நடுவில் கரண்டியால் பள்ளம் ஏற்படுத்தவும். பள்ளத்துக்குள் கறி கிரேவியைக் கொட்டவும். தட்டால் மூடி, மிதமான தீயில் 10 நிமிடங்கள் வேக விடவும்.

❖ பிறகு இறக்கி முள் கரண்டியால் லேசாகக் கிளறி கொத்தமல்லி இலை, வெங்காயத்தால் அலங்கரித்துப் பரிமாறவும்.

❖ டேஸ்டி மலேஷியன் சிக்கன் பிரியாணி ரெடி.

45. ஹைதராபாத் சிக்கன் பிரியாணி

தேவையான பொருள்கள்:

கோழிக்கறி - 1/2 கிலோ
பாஸ்மதி அரிசி - 1/2 கிலோ
வெங்காயம் - 2
பச்சை மிளகாய் - 4
இஞ்சி- பூண்டு விழுது - 2 ஸ்பூன்
பிரியாணி இலை - 1
கிராம்பு - 2
மராட்டி மொக்கு - 1
அன்னாசிப்பூ - 1
கருஞ்சீரகம் - 3 ஸ்பூன்
எண்ணெய் - 1/4 கப்
நெய் - 50 கிராம்
கொத்தமல்லி இலை - 1/4 கப்
புதினா - 1/4 கப்
குங்குமப்பூ - 1/2 ஸ்பூன்

பால் - 1/2 கப்
மிளகாய்த்தூள் - 2 ஸ்பூன்
மஞ்சள்தூள் - 1/4 ஸ்பூன்
தனியாத்தூள் - 1 ஸ்பூன்
தயிர் - 1/2 கப்
எலுமிச்சம் பழம் - 1
உப்பு - தேவையான அளவு

அரைக்க:

கொத்தமல்லி இலை - 1/4 கப்
புதினா - 1/2 கப்
மிளகு - 1/2 ஸ்பூன்
பட்டை - 1
கிராம்பு - 3
ஏலக்காய் - 3

செய்முறை:

❖ பாஸ்மதி அரிசியைச் சுத்தம் செய்து, 20 நிமிடங்கள் ஊற வைக்கவும்.

❖ கோழிக்கறியைச் சுத்தம் செய்துகொள்ளவும்.

❖ வெங்காயத்தை நீளவாக்கில் நறுக்கவும். பச்சை மிளகாயைப் பொடியாக நறுக்கவும்.

❖ மிளகு, பட்டை, கிராம்பு, ஏலக்காயை வெறும் வாணலியில் வறுத்து, கொத்தமல்லி, புதினா சேர்த்து அரைக்கவும்.

❖ வாணலியில் சிறிது எண்ணெய் ஊற்றிக் காய வைத்து வெங்காயம் சேர்த்துப் பொன்னிறமாகப் பொரித்தெடுத்து தனியே வைக்கவும்.

❖ அடுத்ததாக அரைத்த பட்டை, கிராம்பு, மிளகு விழுதை சிக்கனுடன் சேர்க்கவும். கூடவே மிளகாய்த்தூள், மஞ்சள்தூள், தனியாத்தூள், உப்பு, எலுமிச்சை சாறையும் சேர்த்து 2 மணி நேரம் ஊற வைக்கவும்.

❖ பிறகு அடி கனமான பாத்திரத்தில் 6 தம்ளர் தண்ணீர் சேர்த்துக் கொதிக்க விடவும். கொதி வந்ததும் கொதிக்கும் தண்ணீரில் பாதி நெய், பாதி எண்ணெய், ஒரு ஸ்பூன் கருஞ்சீரகம், பிரியாணி இலை, மராட்டி மொக்கு, அன்னாசிப்பூ, பட்டை, கிராம்பு சேர்க்கவும். பின் ஊற வைத்துள்ள அரிசியைத் தண்ணீரில் சேர்த்து அரைப் பதமாக வடித்துக்கொள்ளவும்.

❖ குங்குமப்பூவை வெதுவெதுப்பான பாலுடன் கலந்து தனியே வைக்கவும்.

- பிறகு அடி கனமான பாத்திரத்தைச் சூடு செய்து, நெய், எண்ணெய் சேர்த்துக் காய்ந்ததும் கருஞ்சீரகத்தைப் பொரியவிடவும். பின் ஊற வைத்துள்ள சிக்கனைச் சேர்த்து 10 நிமிடங்கள் அதிக சூட்டில் வேகவிடவும்.
- சிக்கன் வெந்ததும் அதன் மேலே வேக வைத்துள்ள சாதத்தைக் கொட்டி பரப்பி விடவும். அதற்கு மேலே வறுத்து வைத்துள்ள வெங்காயம், மீதமுள்ள கொத்தமல்லி, புதினா இலை சேர்க்கவும். இறுதியாகக் குங்குமப்பூ கரைசலை ஊற்றவும்.
- பாத்திரத்திலிருந்து நீராவி வெளியில் செல்லாதவாறு மூடி போடவும். 5 நிமிடங்கள் வரை அதிக சூட்டில் வைக்கவும்.
- பின் அடுப்பை மிதமான சூட்டுக்கு மாற்றி பிரியாணி வைத்துள்ள பாத்திரத்தை எடுத்து விடவும்.
- வேறொரு அடி கனமான பாத்திரத்தை அடுப்பில் வைத்துச் சூடு செய்யவும். பாத்திரம் சூடானதும், இதன் மேலே பிரியாணி வைத்துள்ள பாத்திரத்தை வைத்து 30 நிமிடங்கள் வரை வேக விட்டு இறக்கவும். சூடாகப் பரிமாறவும்.

46. மதுரை சிக்கன் பிரியாணி

தேவையான பொருள்கள்:

சிக்கன் - 1/2 கிலோ

பாஸ்மதி அரிசி - 1/2 கிலோ

வெங்காயம் - 3

தக்காளி - 3

பச்சை மிளகாய் - 3

புதினா - 1/2 கப்

கொத்தமல்லித்தழை -1/2 கப்

மஞ்சள் தூள் - 1/2 ஸ்பூன்

தனியாத்தூள் - 1 ஸ்பூன்

மிளகாய்த்தூள் -1 ஸ்பூன்

தயிர் - 1/2 கப்

இஞ்சி - 2 துண்டு

பூண்டு - 25 பற்கள்

பட்டை - 2

ஏலக்காய் -2

கிராம்பு -2
எண்ணெய் - 100 கிராம்
நெய் - 50 கிராம்
உப்பு - தேவையான அளவு

அரைக்க:

மிளகு - 1/2 ஸ்பூன்
கசகசா - 1/2 ஸ்பூன்
சீரகம் - 1/2 ஸ்பூன்
சோம்பு - 1 ஸ்பூன்
பட்டை - 2
ஏலக்காய் 2
கிராம்பு -2

செய்முறை:

- முதலில் பாஸ்மதி அரிசியைக் கழுவிச் சுத்தம் செய்து 20 நிமிடம் ஊற வைக்கவும்.
- கோழிக்கறியைச் சுத்தம் செய்து கொள்ளவும்.
- சுத்தம் செய்த கோழிக்கறியுடன் மஞ்சள் தூள், மிளகாய்த்தூள், தனியாத்தூள், தயிர், உப்பு சேர்த்து ஊற வைக்கவும்.
- மிளகு, சீரகம், சோம்பு, கசகசா, பட்டை 2, கிராம்பு 2, ஏலக்காய் 2 அனைத்தையும் சேர்த்து விழுதாக அரைத்துக் கொள்ளவும்.
- இஞ்சி-பூண்டை தனியே விழுதாக அரைத்து வைக்கவும்.
- வெங்காயம், தக்காளி, பச்சை மிளகாயை நறுக்கவும்.
- குக்கரில் எண்ணெய், நெய் சேர்த்து, பட்டை, ஏலக்காய், கிராம்பு சேர்த்துத் தாளிக்கவும். வெங்காயம், தக்காளி, பச்சை மிளகாய், புதினா சேர்த்து வதக்கவும். இஞ்சி-பூண்டு விழுதைச் சேர்த்து வதக்கவும். அரைத்த மசாலாவைச் சேர்த்து வதக்கவும்.
- எல்லாம் நன்கு வதங்கி பச்சை வாசனை போனதும் ஊற வைத்த சிக்கனைச் சேர்த்து வதக்கி, வேக விடவும்.
- சிக்கன் முக்கால் பங்கு வெந்தவுடன், 5 தம்ளர் தண்ணீர் சேர்க்கவும். அரிசி, உப்பு சேர்த்து, ஒரு விசில் வரை வேக வைத்து இறக்கவும்.
- ஒரு ஸ்பூன் நெய், எலுமிச்சை சாறு சேர்த்து கலந்து பரிமாறவும்.
- சூப்பரான மதுரை சிக்கன் பிரியாணி ரெடி.

47. கேரளா அடுக்கு சிக்கன் பிரியாணி

தேவையான பொருள்கள்:

பாஸ்மதி அரிசி - 1/2 கிலோ

கோழிக்கறி - 1/2 கிலோ

பெரிய வெங்காயம் - 1/2 கிலோ

தக்காளி - 1/4 கிலோ

பச்சைமிளகாய் - 6

நெய் - 100 கிராம்

முந்திரி - 50 கிராம்

பாதாம் - 50 கிராம்

புதினா - 1/2 கப்

கொத்தமல்லித்தழை - 1/2 கப்

இஞ்சி - 50 கிராம்

பூண்டு - 50 கிராம்

தயிர் - 1 கப்

கரம்மசாலாத்தூள் - 2 ஸ்பூன்

அன்னாசி பழம் - 100 கிராம்

மஞ்சள் தூள் - 1/2 ஸ்பூன்

எண்ணெய் - 100 கிராம்

உப்பு - தேவையான அளவு

பட்டை - 2

கிராம்பு - 3

ஏலக்காய் - 3

பிரியாணி இலை - 2

சிவப்பு கலர் - 1 சிட்டிகை

செய்முறை:

❖ பாஸ்மதி அரிசியைச் சுத்தம் செய்து 10 நிமிடங்கள் ஊற வைக்கவும்.

❖ சிக்கனை சுத்தம் செய்து கொள்ளவும்.

❖ பிறகு ஒரு பாத்திரத்தில் 6 தம்ளர் தண்ணீர் ஊற்றி, சிறிதளவு உப்பு, பட்டை, கிராம்பு, ஏலக்காய் சேர்த்து, அரிசியைப் போட்டு வேகவிடவும். சாதத்தை உதிர் உதிராக வடித்துக்கொள்ளவும்.

❖ முந்திரி, பாதாம் பருப்புகளை நெய்யில் வறுத்து வைக்கவும்.

- தக்காளி, வெங்காயத்தை நறுக்கவும்.
- நறுக்கிய வெங்காயத்தில் பாதியை எடுத்து எண்ணையில் முறுகலாக பொறித்து வைக்கவும்.
- அடுத்து இஞ்சி - பூண்டை விழுதாக்கவும். அன்னாசி பழத்தைச் சிறியதாத நறுக்கவும்.
- பிறகு அடுப்பில் வாணலி வைத்து எண்ணையை ஊற்றிக் காய்ந்ததும் மீதியுள்ள வெங்காயத்தைச் சேர்த்து வதக்கவும். வெங்காயம் நன்கு வதங்கிய பிறகு பச்சைமிளகாயைப் போடவும். மஞ்சள் தூள் சேர்த்துப் பிரட்டவும். கூடவே சிக்கனைச் சேர்த்து வதக்கவும். அதனுடன் தக்காளியைச் சேர்த்து வதக்கவும். இஞ்சி - பூண்டு விழுதைச் சேர்க்கவும். தேவையான அளவு உப்பு, கரம்மசாலாத்தூள், தயிர் சேர்த்துக் கிளறவும். பின்னர் சிறிது தண்ணீர் சேர்த்து சிக்கனை வேக விட்டு இறக்கவும். சிக்கன் மசாலா ரெடி.
- அடுத்தபடியாக ஒரு பெரிய பாத்திரத்தை எடுத்துக்கொண்டு முதலில் சிக்கன் மசாலா கொஞ்சம் போடவும். பிறகு சாதத்தைப் பரப்பவும். அதன் மேல் சிவப்பு கலரைத் தண்ணீரில் கரைத்து, சாதத்தின் மேல் தெளிக்கவும். கொத்தமல்லி, புதினா, முந்திரிப் பருப்பு, பாதாம் பருப்பு, பொறித்த வெங்காயம், அன்னாசிப் பழம் ஆகியவற்றில் பாதியைப் பரவலாகத் தூவவும். உருக்கிய நெய்யில் பாதியை ஊற்றவும்.
- பிறகு சாதத்தின் மீது மீதியுள்ள சிக்கன் கலவையைப் பரப்பவும். அதன் மீது மீதி சாதத்தைச் சேர்க்கவும். கரைத்த சிவப்பு கலரை ஊற்றவும். கொத்தமல்லி, புதினா, முந்திரி, பாதாம், பொறித்த வெங்காயம், அன்னாசிப் பழங்களைச் சேர்க்கவும். மறபடியும் நெய்யை ஊற்றவும். இது முடிந்ததும் ஒரு தடிமனான தட்டால் பிரியாணியை மூடவும்.
- சிறு தீயில் 5 நிமிடம் வைத்திருந்து இறக்கவும். அரை மணிநேரம் கழித்து மணமும், சுவையும் கொண்ட கேரளா பிரியாணி பரிமாறவும்.

48. தேங்காய்ப் பால் சிக்கன் பிரியாணி

தேவையான பொருள்கள்:

பாஸ்மதி அரிசி - 1/2 கிலோ

சிக்கன் - 1/2 கிலோ

பெரிய வெங்காயம் - 3

தக்காளி - 3

பச்சை மிளகாய் - 4

இஞ்சி - பூண்டு விழுது - 2 ஸ்பூன்

தேங்காய்ப் பால் - 2 கப்
மிளகாய்த் தூள் - 2 ஸ்பூன்
தனியாத்தூள் - 2 ஸ்பூன்
கரம் மசாலாத்தூள் - 1 ஸ்பூன்
சீரகத் தூள் - 1/2 ஸ்பூன்
சோம்பு தூள் - 1/2 ஸ்பூன்
மஞ்சள் தூள் - 1/2 ஸ்பூன்
பட்டை - 2
கிராம்பு - 4
ஏலக்காய் - 6
அன்னாசி மொக்கு - 2
தயிர் - 1/4 கப்
எலுமிச்சை சாறு - 1 ஸ்பூன்
உப்பு - தேவையான அளவு
முந்திரி - 15
நெய் - 2 ஸ்பூன்
கறிவேப்பிலை - 1 கொத்து
புதினா - 1/2 கப்
கொத்தமல்லித்தழை - 1/2 கப்

செய்முறை:

- ❖ பாஸ்மதி அரிசியைச் சுத்தம் செய்து, அரை மணி நேரம் ஊற வைக்கவும்.
- ❖ அடுத்து சிக்கனைக் கழுவிச் சுத்தம் செய்து வைக்கவும்.
- ❖ வெங்காயம், தக்காளியை நீளவாக்கில் மெல்லியதாக நறுக்கவும். பச்சை மிளகாயைக் கீறவும்.
- ❖ பிறகு குக்கரில் எண்ணெய் ஊற்றிக் காய்ந்ததும் பட்டை, கிராம்பு, ஏலக்காய், அன்னாசி மொக்கு தாளித்து வெங்காயம் சேர்த்துப் பொன்னிறமாகும் வரை வதக்கவும். பின் இஞ்சி - பூண்டு விழுது, கீறின பச்சை மிளகாய் சேர்த்து வதக்கவும். அடுத்து தக்காளி, புதினா சேர்த்து வதக்கவும். தக்காளி கூழாகக் கரைந்த பிறகு, மிளகாய்த்தூள், மஞ்சள்தூள், தனியாத்தூள், சோம்புத் தூள், சீரகத் தூள், கரம் மசாலாத் தூள் சேர்த்துக் கிளறவும். கடைசியாக சிக்கன் துண்டுகளைச் சேர்த்து வதக்கவும்.
- ❖ சிக்கன் நன்கு வதங்கியதும் அதனுடன் தயிர் சேர்த்துப் பிரட்டவும். கூடவே தேங்காய்ப் பால், 3 கப் தண்ணீர் சேர்த்து, தேவையான உப்பு, எலுமிச்சை சாறு சேர்த்து, 15 நிமிடங்கள் வேக வைக்கவும்.

- *15 நிமிடங்களுக்குப் பிறகு பாஸ்மதி அரிசியைப் போட்டு, ஒரு விசில் வரை வைத்து இறக்கவும்.*
- *பின் மூடியைத் திறந்து உதிர் உதிரான பிரியாணியின் மீது முந்திரியை வறுத்துக் கொட்டி, நெய், புதினா, கொத்தமல்லி சேர்த்துக் கிளறி சுடச் சுட பரிமாறவும்.*
- *ருசியான தேங்காய்பால் சிக்கன் பிரியாணி ரெடி.*

49. சிக்கன் ஃப்ரைட் ரைஸ்

தேவையான பொருள்கள்:

பாஸ்மதி அரிசி - 1/2 கிலோ
எலும்பில்லாத சிக்கன் துண்டுகள் - 1/4 கிலோ
வெங்காயம் - 1
முட்டை கோஸ் - 1/4 கப்
கேரட் - 1/4 கப்
பீன்ஸ் - 1/4 கப்
குடை மிளகாய் - 1
பச்சை பட்டாணி - 1/4கப்
சோளம் - 1/4 கப்
வெங்காயத் தாள் - 1 கொத்து
இஞ்சி - பூண்டு விழுது - 1 ஸ்பூன்
பூண்டு - 5 பற்கள்
பச்சை மிளகாய் - 3
வெண்ணெய் - 1/2 கப்
சோயா சாஸ் - 1/2 ஸ்பூன்
உப்பு - தேவையான அளவு
வெள்ளை மிளகுத் தூள் - 1 ஸ்பூன்
கறுப்பு மிளகுத் தூள் - 1 ஸ்பூன்
சர்க்கரை - 1 ஸ்பூன்
முட்டை - 2
எண்ணெய் - 100 கிராம்

செய்முறை:

- *சிக்கனைச் சுத்தம் செய்து சிறுதுண்டுகளாக நறுக்கிக் கொள்ளவும்.*
- *பாஸ்மதி அரிசியைச் சுத்தம் செய்து அரை மணி நேரம் ஊறவிடவும்.*

- வெங்காயம், முட்டை கோஸ், கேரட், பீன்ஸ், குடை மிளகாயை பொடியாக நறுக்கவும்.
- பின் குக்கரில் 2 ஸ்பூன் வெண்ணெய் போட்டு உருக்கி, அதில் சிறிதளவு வெங்காயம் போட்டுச் சிவக்கவிடவும். வெங்காயம் வதங்கியதும் இஞ்சி - பூண்டு விழுதைச் சேர்த்து வதக்கவும். அதன் பச்சை வாசனை போனதும் ஊற வைத்த அரிசியைத் தண்ணீர் வடித்துச் சேர்க்கவும். சோயா சாஸ் 1/4 ஸ்பூன் ஊற்றி, தேவையான அளவு உப்பு சேர்த்து கிளறிவிடவும். 5 தம்ளர் தண்ணீர் ஊற்றி சாதத்தை உதிர் உதிராக வடித்துக்கொள்ளவும்.
- அடுத்ததாக வாணலியில் வெண்ணெய் விட்டு உருக்கிக்கொண்டு சர்க்கரை, நறுக்கிய பூண்டு, பச்சை மிளகாய் சேர்த்து வதக்கவும். பிறகு வெங்காயம், சிக்கன் சேர்த்து நன்கு வதக்கவும்.
- சிக்கன் வெந்ததும், முட்டை கோஸ், கேரட், கார்ன், பட்டாணி, வெங்காயத்தாள் அனைத்தையும் ஒன்றன் பின் ஒன்றாகச் சேர்த்து நன்கு வதக்கி வேகவிடவும்.
- காய்கள் பாதி வெந்தவுடன், வெள்ளை மிளகுத்தூள், உப்பு, சோயாசாஸ் சேர்த்துக் கிளறி இறக்கவும்.
- அடுத்தபடியாக ஒரு கிண்ணத்தில் முட்டையை உடைத்து ஊற்றி, உப்பு, மிளகுத்தூள் சேர்த்து கலக்கவும்.
- ஒரு வாணலியில் எண்ணெய் விட்டு, முட்டைக் கலவையைப் போட்டு கரண்டியால் கிளறி, உதிர் உதிராக இறக்கவும்.
- உதிர்த்த முட்டையை வேக வைத்துள்ள சாதத்தில் கொட்டவும். வேக வைத்த சிக்கன், காய்கறி கலவையையும் சாதத்தில் கொட்டி கிளறவும். மேலே ஒரு ஸ்பூன் நெய் விட்டு, பரிமாறவும்.

50. பாலக் கீரை – காளான் – சிக்கன் பிரியாணி

தேவையான பொருள்கள்:

பாஸ்மதி அரிசி - 1/2 கிலோ
சிக்கன் - 1/4 கிலோ
பாலக் கீரை - 1 கட்டு
காளான் - 100 கிராம்
பெரிய வெங்காயம் - 1
தக்காளி - 1
பச்சை பட்டாணி - 1/4 கப்
பச்சை மிளகாய் - 5
இஞ்சி - சிறிய துண்டு

பூண்டு - 6 பற்கள்
கரம் மசாலாத்தூள் - 1/2 ஸ்பூன்
பட்டை - 2
லவங்கம் - 2
ஏலக்காய் - 2
சீரகம் - 1/2 ஸ்பூன்
சோம்பு - 1/2 ஸ்பூன்
பிரியாணி இலை - 1
எண்ணெய் - 200 கிராம்
கொத்தமல்லித்தழை - ஒரு கைப்பிடி
புதினா - ஒரு கைப்பிடி
உப்பு - தேவையான அளவு

செய்முறை:

* பாஸ்மதி அரிசியைச் சுத்தம் செய்து, பத்து நிமிடங்கள் ஊறவைக்கவும்.
* சிக்கனைச் சிறிய துண்டுகளாக நறுக்கி, வேக வைத்துக் கொள்ளவும்.
* வெங்காயம், தக்காளி, காளான் ஆகியவற்றை நீளவாக்கில் நறுக்கவும்.
* கீரையைப் பொடியாக நறுக்கவும்.
* இதற்குப் பிறகு அரிசியுடன் பச்சைப் பட்டாணி சிறிது உப்பு, ஒரு ஸ்பூன் எண்ணெய், 5 தம்ளர் தண்ணீர் சேர்த்து, சாதத்தை உதிர் உதிராக வேக வைத்து, வடிக்கவும்.
* இஞ்சி, பூண்டு, பச்சை மிளகாய், புதினா, பாதி கொத்தமல்லித்தழை ஆகியவற்றை ஒன்றாகச் சேர்த்து விழுதாக அரைக்கவும்.
* பின் ஒரு வாணலியில் எண்ணெய் ஊற்றி பட்டை, லவங்கம், ஏலக்காய், சோம்பு, சீரகம் சேர்த்து தாளிக்கவும். மீதி வெங்காயத்தைப் போட்டு பொன்னிறமாகும் வரை வதக்கவும். வெங்காயம் வதங்கியதும் அரைத்த விழுதைச் சேர்த்து வதக்கவும். பின் சிக்கன் சேர்த்து வதக்கவும்.
* சிக்கன் வதங்கியதும் காளான் சேர்த்து நீர் பிரிந்து வற்றும் வரை வதக்கவும். அடுத்து கீரையைச் சேர்த்து வதக்கி 5 நிமிடம் வேக விடவும்.
* கீரை நன்கு வெந்தவுடன் தக்காளி சேர்க்கவும். கூடவே கரம் மசாலாத்தூள், உப்பு சேர்த்து 2 நிமிடம் வதக்கி இறக்கவும்.
* கடைசியாக சாதத்தைச் சேர்த்துக் கிளறவும். கொத்தமல்லித்தழை தூவி, மூடி போட்டு மூடி 5 நிமிடம் மெல்லிய தீயில் வைத்து இறக்கவும்.
* பாலக் கீரை - காளான் - சிக்கன் பிரியாணி ரெடி. சுடச் சுட பரிமாறவும்.

மீன் பிரியாணி

51. வஞ்சிரம் மீன் பிரியாணி – I

தேவையான பொருள்கள்:

பாஸ்மதி அரிசி - 1/2 கிலோ
வஞ்சிரம் மீன் - 1/2 கிலோ
பெரிய வெங்காயம் - 3
பச்சை மிளகாய் - 10
பூண்டு - 10 பற்கள்
இஞ்சி - 2 அங்குலத் தண்டு
மஞ்சள் தூள் - 1 ஸ்பூன்
மிளகாய்த் தூள் - 3 ஸ்பூன்
கரம் மசாலாத்தூள் - 1 ஸ்பூன்
தனியாத்தூள் - 2 ஸ்பூன்
கசகசா - 2 ஸ்பூன் (ஊறவைத்தது)
தயிர் - 1/4 கப்
ரோஸ் வாட்டர் - 1 ஸ்பூன்
எலுமிச்சை - 1
எண்ணெய் - 200 கிராம்
நெய் - 50 கிராம்
கொத்தமல்லி - 1 கப்
புதினா - 1 கப்
உப்பு - தேவையான அளவு

செய்முறை:

❖ முதலில் பிரியாணி அரிசியைச் சுத்தம் செய்து, அரை மணி நேரம் ஊற வைக்கவும்.

❖ மீனைச் சுத்தம் செய்து சிறு துண்டுகளாக நறுக்கிக்கொள்ளவும். அதில் அரை ஸ்பூன் மஞ்சள் தூள், ஒரு ஸ்பூன் மிளகாய்த் தூள், தேவையான உப்பு சேர்த்துத் தடவி முப்பது நிமிடங்கள் ஊற விடவும்.

❖ அடுத்ததாக பச்சை மிளகாய், இஞ்சி, பூண்டு, ஊற வைத்த கசகசா போன்றவற்றை விழுதாக அரைக்கவும்.

❖ அரைத்த விழுதைத் தயிரில் கலந்துகொள்ளவும்.

- பின் ரோஸ் வாட்டரில் மீதி மஞ்சள் தூளைக் கலந்து வைக்கவும்.
- அடுத்தபடியாக குக்கரில் பாதி எண்ணெய், நெய் விட்டு நறுக்கிய வெங்காயத்தைப் போட்டு வதக்கவும். வெங்காயம் வதங்கியதும் இஞ்சி, பூண்டு ப.மிளகாய், கசகசா சேர்த்து அரைத்த விழுதைப் போட்டு வதக்கவும். நன்கு வதங்கியதும் அதனுடன் இரண்டு ஸ்பூன் மிளகாய்த் தூள், இரண்டு ஸ்பூன் தனியாத்தூள், உப்பு, புதினா, கொத்தமல்லி, கரம் மசாலாத் தூள், எலுமிச்சைச் சாறு ஆகியவற்றைச் சேர்த்துக் கிளறவும். கெட்டியானதும் இறக்கி வைக்கவும்.
- வாணலியில் எண்ணெய் விட்டுக் காய்ந்ததும் மீன் துண்டுகளைப் பொறித்து எடுத்து வைக்கவும்.
- பிறகு ஒரு பாத்திரத்தில் ஐந்து தம்ளர் தண்ணீர் ஊற்றி அரிசி, உப்பு போட்டு வேக விடவும்.
- அரிசி வெந்ததும் வதக்கி வைத்துள்ள கலவை, ரோஸ் வாட்டர், பொறித்த மீன் மூன்றையும் சேர்த்து நன்கு கிளறவும்.
- பாத்திரத்தை மூடி இதமான தீயில் மேலும் பத்து நிமிடங்கள் வைத்திருந்து இறக்கிப் பரிமாறவும்.

52. வஞ்சிரம் மீன் பிரியாணி – II

தேவையான பொருள்கள்:

வஞ்சிரம் மீன் - 1/2 கிலோ

பாஸ்மதி அரிசி - 1/2 கிலோ

பெரிய வெங்காயம் - 2

தக்காளி - 2

பச்சை மிளகாய் - 2

இஞ்சி- பூண்டு விழுது - 2 ஸ்பூன்

கொத்தமல்லித்தழை -1/2 கப்

புதினா - 1/2 கப்

பட்டை-2

கிராம்பு -2

ஏலக்காய் - 2

எண்ணெய் - 200 கிராம்

நெய் - 50 கிராம்

உப்பு - தேவையான அளவு

செய்முறை:

- அரிசியைக் கழுவிச் சுத்தம் செய்து அரை மணி நேரம் ஊற வைக்கவும்.
- வஞ்சிரம் மீனைச் சுத்தம் செய்து ஒரு ஸ்பூன் மிளகாய்த் தூள், அரை ஸ்பூன் மஞ்சள் தூள், உப்பு சேர்த்துக் கலந்து வைக்கவும்.
- அரை மணி நேரம் ஊறியதும் எடுத்து எண்ணெயில் பொறித்து எடுத்து வைக்கவும்.
- பிறகு குக்கரில் எண்ணெய் + நெய் விட்டு பட்டை, கிராம்பு, ஏலக்காய் தாளிக்கவும். நறுக்கிய வெங்காயம், தக்காளி, பச்சை மிளகாய், இஞ்சி, பூண்டு விழுதை ஒன்றன் பின் ஒன்றாகப் போட்டு வதக்கவும்.
- எல்லாம் நன்கு வதங்கியதும் மிளகாய்த் தூள், தனியாத் தூள், மஞ்சள் தூள், உப்பு சேர்த்து வதக்கவும். தூள்களின் பச்சை வாசனை போனதும் அதில் அரிசியைப் போட்டு, புதினா, கொத்தமல்லி சேர்த்து வதக்கவும். ஐந்து தம்ளர் தண்ணீர் ஊற்றி இரண்டு விசில் வைத்து இறக்கவும்.
- பின்பு குக்கரைத் திறந்து பொறித்த மீன் துண்டுகளைப் போட்டு நன்கு கிளறவும். அரை மணி நேரம் கழித்துப் பரிமாறவும்.

53. கொடுவா மீன் பிரியாணி

தேவையான பொருள்கள்:

கொடுவா மீன் - 1/2 கிலோ

பாஸ்மதி அரிசி - 1/2 கிலோ

பெரிய வெங்காயம் - 4

தக்காளி - 2

பச்சை மிளகாய் - 2

இஞ்சி- பூண்டு விழுது - 2 ஸ்பூன்

மிளகாய்த் தூள் - 2 ஸ்பூன்

தனியாத்தூள் - 1 ஸ்பூன்

மஞ்சள் தூள் - 1 ஸ்பூன்

பட்டை - 2

கிராம்பு - 2

ஏலக்காய் - 2

புதினா - 1/2 கப்

கொத்தமல்லித்தழை -1/2 கப்

கெட்டியான தேங்காய்ப் பால் - 1 கப்

எண்ணெய் - 100 கிராம்
நெய் - 50 கிராம்

செய்முறை:

❖ பாஸ்மதி அரிசியைச் சுத்தம் செய்து அரை மணி நேரம் ஊற வைக்கவும்.

❖ பின் மீனைத் துண்டுகளாக்கி, சுத்தம் செய்து, மஞ்சள் தூள் சேர்த்துப் பிசறி ஊற வைக்கவும்.

❖ குக்கரில் எண்ணெய் + நெய் விட்டுக் காய்ந்ததும் பட்டை, கிராம்பு, ஏலக்காய் போட்டு தாளித்து நறுக்கிய வெங்காயம், இஞ்சி, பூண்டு விழுது, சேர்த்து வதக்கவும்.

❖ பிறகு தக்காளி, பச்சை மிளகாய், புதினா சேர்த்து வதக்கவும். இதனுடன் கூடவே மிளகாய்த் தூள், மஞ்சள் தூள், உப்பு சேர்த்து வதக்கவும். கடைசியாக மீன் துண்டுகளைச் சேர்த்து வதக்கவும்.

❖ எல்லாம் வதங்கியதும் அரிசியைச் சேர்த்துக் கிளறி ஐந்து தம்ளர் தண்ணீர் விட்டுத் தேங்காய்ப் பால் சேர்க்கவும். குக்கரை மூடி இரண்டு விசில் வைத்து இறக்கவும்.

❖ பத்து நிமிடம் கழித்து பிரஷர் போனதும் குக்கர் திறந்து கொத்தமல்லித்தழை தூவிப் பரிமாறவும்.

54. மீன் தொக்கு பிரியாணி

தேவையான பொருள்கள்:

பாஸ்மதி அரிசி - 1/2 கிலோ
கொடுவா மீன் - 1/2 கிலோ
பெரிய வெங்காயம் - 2
தக்காளி - 4
பச்சை மிளகாய் - 2
பட்டை - 2
கிராம்பு - 2
ஏலக்காய் - 2
பிரிஞ்சி இலை - 1
மஞ்சள் தூள் - 1 ஸ்பூன்
மிளகாய்த் தூள் - 2 ஸ்பூன்
உப்பு - தேவையான அளவு
எண்ணெய் - 100 கிராம்

நெய் - 50 கிராம்
புதினா - ஒரு கைப்பிடி
கொத்தமல்லித்தழை - ஒரு கைப்பிடி
கெட்டியான தேங்காய்ப் பால் - 1 கப்

செய்முறை:

❖ முதலில் பாஸ்மதி அரிசியைச் சுத்தம் செய்து அரை மணி நேரம் ஊற வைக்கவும்.

❖ பின் மீனைச் சிறு துண்டுகளாக்கிச் சுத்தம் செய்து வைக்கவும்.

❖ வெங்காயம், தக்காளி, பச்சை மிளகாய்களை நறுக்கிக் கொள்ளவும்.

❖ குக்கரில் 50 கிராம் எண்ணெய், 50 கிராம் நெய் விட்டு பட்டை, கிராம்பு, ஏலக்காய், பிரிஞ்சி இலை தாளித்து புதினா, கொத்தமல்லி சேர்த்து வதக்கவும்.

❖ பின்பு அரிசியைச் சேர்த்து வதக்கி, தேங்காய்ப் பாலுடன் ஐந்து தம்ளர் வருமாறு தண்ணீர் விட்டு, தேவையான உப்பைச் சேர்த்து இரண்டு விசில் வைத்து இறக்கவும்.

❖ பின் ஒரு வாணலியில் மீதமுள்ள எண்ணெயை ஊற்றி, வெங்காயம், தக்காளி, பச்சை மிளகாய் சேர்த்து வதக்கவும். கூடவே மஞ்சள் தூள், மிளகாய்த் தூள், உப்பு சேர்த்து வதக்கி, மீன் துண்டுகளைப் போட்டு 1/2 கப் தண்ணீர் விட்டு வேக விடவும்.

❖ கிரேவி கொதித்து தொக்கு கெட்டியானதும் குக்கரைத் திறந்து சாதத்துடன் கொட்டிக் கிளறவும்.

❖ பத்து நிமிடங்கள் கழித்துப் பரிமாறவும்.

55. நண்டு பிரியாணி – I

தேவையான பொருள்கள்:

பாஸ்மதி அரிசி - 1/2 கிலோ
நண்டு (பெரியது) - 4
பெரிய வெங்காயம் - 2
தக்காளி - 2
பச்சை மிளகாய் - 2
இஞ்சி - பூண்டு விழுது - 2 ஸ்பூன்
மிளகுத் தூள் - 1 ஸ்பூன்
மிளகாய்த் தூள் - 1 ஸ்பூன்
தேங்காய்ப் பால் - 1 கப்

மஞ்சள் தூள் - 1 ஸ்பூன்
எலுமிச்சைச் சாறு - 2 ஸ்பூன்
பட்டை -2
கிராம்பு -2
ஏலக்காய் - 2
பிரிஞ்சி இலை - 1
உப்பு - தேவையான அளவு
எண்ணெய் - 100 கிராம்
நெய் - 50 கிராம்
கொத்தமல்லித்தழை -1/2 கப்

செய்முறை:

❖ பிரியாணி அரிசியைக் கழுவி சுத்தம் செய்து, அரை மணி நேரம் ஊற வைக்கவும்.
❖ பின் நண்டை சுத்தம் செய்து ஓட்டை உடைத்து, சதைப் பகுதியை மட்டும் எடுத்துக் கொள்ளவும்.
❖ வெங்காயம், தக்காளி, பச்சை மிளகாயை நறுக்கவும்.
❖ குக்கரில் எண்ணெய் + நெய் விட்டு பட்டை, கிராம்பு, ஏலக்காய், பிரிஞ்சி இலை தாளிக்கவும். வெங்காயம், இஞ்சி, பூண்டு விழுது, தக்காளி, பச்சை மிளகாய் சேர்த்து வதக்கவும். எல்லாம் நன்கு வதங்கியதும் மிளகு தூள், மிளகாய்த் தூள், மஞ்சள் தூள் சேர்த்து வதக்கவும். கடைசியாக அதனுடன் நண்டைச் சேர்த்து வதக்கவும்.
❖ பின்பு அரிசியைச் சேர்த்து நன்கு கிளறி, தேங்காய்ப் பாலுடன் சேர்த்து தண்ணீர் ஐந்து தம்ளர் வருமாறு கலந்து ஊற்றவும்.
❖ குக்கரை மூடி இரண்டு விசில் வைத்து இறக்கவும்.
❖ பத்து நிமிடங்கள் கழித்து கொத்தமல்லி இலை தூவிப் பரிமாறவும்.

56. நண்டு பிரியாணி – II

தேவையான பொருள்கள்:

பெரிய நண்டு - 4
பாஸ்மதி அரிசி - 1/2 கிலோ
இஞ்சி- பூண்டு விழுது - 2 ஸ்பூன்
பட்டை - 2
கிராம்பு - 2

ஏலக்காய் - 2
பெரிய வெங்காயம் - 2
தக்காளி - 2
பச்சை மிளகாய் - 2
மிளகாய்த் தூள் - 2 ஸ்பூன்
மிளகுத் தூள் - 2 ஸ்பூன்
மஞ்சள் தூள் - 1 ஸ்பூன்
உப்பு - தேவையான அளவு
எண்ணெய் + நெய் - 100 கிராம்
கொத்தமல்லி 1/2 கப்
புதினா - 1/2 கப்
தயிர் - 1/2 கப்

செய்முறை:

❖ நண்டைக் கழுவிச் சுத்தம் செய்து, உடைத்து சதைப் பகுதியை மட்டும் எடுத்துக்கொள்ளவும்.

❖ பின் தயிரில் இஞ்சி, பூண்டு விழுது, மிளகாய்த் தூள், மஞ்சள் தூள், உப்பு, மிளகுத் தூள் சேர்த்து அதில் நண்டைப் போட்டுப் பிசறி ஊற வைக்கவும்.

❖ வெங்காயம், பச்சை மிளகாய், தக்காளியை நறுக்கவும்.

❖ பாஸ்மதி அரிசியைச் சுத்தம் செய்து அரை மணி நேரம் ஊற வைக்கவும்.

❖ இதற்கு அடுத்ததாக குக்கரில் எண்ணெய் + நெய் ஊற்றி பட்டை, லவங்கம், ஏலக்காய் தாளித்து, வெங்காயம், பச்சை மிளகாய், தக்காளி சேர்த்து வதக்கவும். நன்கு வதங்கியதும் தயிர்க் கலவையைக் கொட்டிக் கிளறவும். கூடவே அதில் அரிசி, உப்பு சேர்த்துக் கிளறவும். புதினா, கொத்தமல்லியையும் சேர்த்து, ஐந்து தம்ளர் தண்ணீர் விடவும்.

❖ குக்கரை மூடி இரண்டு விசில் வைத்து இறக்கவும். சுடச் சுட பரிமாறவும்.

57. நண்டு தொக்கு பிரியாணி

தேவையான பொருள்கள்:

பாஸ்மதி அரிசி - 1/2 கிலோ
நண்டு - 4
பெரிய வெங்காயம் - 2

தக்காளி - 4

பச்சை மிளகாய் - 2

கரம் மசாலாத் தூள் - 2 ஸ்பூன்

மிளகாய்த் தூள் - 1 ஸ்பூன்

மிளகுத் தூள் - 1 ஸ்பூன்

தனியாத் தூள் - 1 ஸ்பூன்

மஞ்சள் தூள் - 1/2 ஸ்பூன்

எண்ணெய் + நெய் - 50 கிராம்

கொத்தமல்லித்தழை - ஒரு கைப்பிடி

புதினா - ஒரு கைப்பிடி

உப்பு - தேவையான அளவு

செய்முறை:

- பாஸ்மதி அரிசியைக் கழுவி அரை மணி நேரம் ஊற வைக்கவும்.
- பின் நண்டைச் சுத்தம் செய்து அதன் ஓட்டை உடைத்து சதைப் பகுதியை மட்டும் எடுத்துக்கொள்ளவும்.
- வெங்காயம், பச்சை மிளகாய், தக்காளியை நறுக்கவும்.
- குக்கரில் நெய் விட்டு கரம் மசாலாத் தூள், புதினா, அரிசி சேர்த்து வதக்கி, ஐந்து தம்ளர் தண்ணீர் விட்டு இரண்டு விசில் வைத்து இறக்கவும்.
- அடுத்தபடியாக ஒரு வாணலியில் எண்ணெயை ஊற்றிக் காய்ந்ததும் வெங்காயம், தக்காளி, பச்சை மிளகாய் சேர்த்து வதக்கவும்.
- தக்காளி நன்கு கூழாக வதங்கியதும் நண்டு சேர்த்து வதக்கவும்.
- பின்பு மிளகாய்த் தூள், மஞ்சள் தூள், மிளகு தூள், தனியா தூள், தேவையான அளவு உப்பு சேர்த்து வதக்கவும். நண்டு வதங்கியதும் அரை தம்ளர் தண்ணீர் விட்டு வேக விடவும்.
- நண்டு நன்கு வெந்து எண்ணெய் பிரியும் சமயம் இறக்கி சாதத்துடன் கலக்கவும். பத்து நிமிடங்கள் கழித்து கொத்தமல்லி இலையைத் தூவிப் பரிமாறவும்.

58. நண்டு ஃப்ரை பிரியாணி

தேவையான பொருள்கள்:

நண்டு - 6

பாஸ்மதி அரிசி - 1/2 கிலோ

பெரிய வெங்காயம் - 1

பச்சை மிளகாய் - 2

கொத்தமல்லித்தழை -1/2 கப்

புதினா - 1/2 கப்

இஞ்சி, பூண்டு விழுது - 2 ஸ்பூன்

எண்ணெய் - 200 கிராம்

நெய் - 100 கிராம்

மிளகாய்த் தூள் - 1 ஸ்பூன்

மிளகுத் தூள் - 1 ஸ்பூன்

மஞ்சள் தூள் - 1/2 ஸ்பூன்

உப்பு - தேவையான அளவு

கெட்டியான தேங்காய்ப் பால் - 1 கப்

பிரிஞ்சி இலை - 1

பட்டை - 2

கிராம்பு - 2

ஏலக்காய் - 2

செய்முறை:

* அரிசியைச் சுத்தம் செய்து பத்து நிமிடங்கள் ஊற வைக்கவும்.
* வெங்காயம், தக்காளி, பச்சை மிளகாயை நறுக்கவும்.
* பின் நண்டைக் கழுவிச் சுத்தம் செய்து இரண்டு தம்ளர் தண்ணீர் ஊற்றி வேக விடவும்.
* நண்டு வெந்ததும் ஓட்டை உடைத்து, சதைப் பகுதியை தனியே எடுத்து அதில் மிளகாய்த் தூள், மிளகு தூள் உப்பு சேர்த்துக் கலந்து வைக்கவும்.
* பத்து நிமிடங்கள் கழித்து அந்த நண்டின் சதைப் பகுதியை எண்ணெயில் பொறித்தெடுக்கவும்.
* பிறகு குக்கரில் நெய்விட்டு பட்டை, கிராம்பு, ஏலக்காய் தாளிக்கவும். வெங்காயம், தக்காளி, பச்சை மிளகாய், பிரிஞ்சி இலை, கொத்தமல்லி, புதினா, இஞ்சி, பூண்டு விழுது சேர்த்து வதக்கவும். எல்லாம் நன்கு வதங்கியதும் அரிசியைப் போட்டுக் கிளறவும். கூடவே தேங்காய்ப் பாலுடன் சேர்த்து தண்ணீர் ஐந்து தம்ளர் வருமாறு கலந்து ஊற்றி, தேவையான அளவு உப்பு சேர்த்து இரண்டு விசில் வைத்து இறக்கவும்.
* பத்து நிமிடங்கள் கழித்து குக்கர் திறந்து வறுத்த நண்டைச் சேர்த்து நன்கு கிளறி வைக்கவும்.
* மேலும் பத்து நிமிடங்கள் கழித்துப் பரிமாறவும்.
* சுவையான நண்டு ஃப்ரை பிரியாணி தயார்.

59. இறால் பிரியாணி – I

தேவையான பொருள்கள்:

பாஸ்மதி அரிசி - 1/2 கப்
இறால் - 1/2 கிலோ
தேங்காய்ப் பால் - 3 கப்
தக்காளி - 4
பச்சை மிளகாய் - 4
இஞ்சி - பூண்டு விழுது - 2 ஸ்பூன்
புதினா - ஒரு கைப்பிடி
கொத்தமல்லித்தழை - ஒரு கைப்பிடி
எண்ணெய் - 200 கிராம்
நெய் - 100 கிராம்
மஞ்சள் தூள் - 1/2 ஸ்பூன்
கரம் மசாலாத்தூள் - 1 ஸ்பூன்
மிளகாய்த் தூள் - 1 1/2 ஸ்பூன்
சோம்புத் தூள் - 1 ஸ்பூன்
பட்டை -2
கிராம்பு - 2
ஏலக்காய் - 2
உப்பு - தேவையான அளவு

செய்முறை:

❖ சாதத்தை உதிர் உதிராக வடித்து வைக்கவும்.
❖ இறாலை தோல் உரித்துக் கழுவிச் சுத்தம் செய்து கொள்ளவும்.
❖ கொத்தமல்லி, புதினா இலைகளைச் சுத்தம் செய்யவும்.
❖ வெங்காயம், தக்காளி, பச்சை மிளகாய்களை நறுக்கவும்.
❖ ஒரு பாத்திரத்தில் எண்ணெய் + நெய் விட்டு, பட்டை, கிராம்பு, ஏலக்காய் தாளிக்கவும். பின் நறுக்கிய வெங்காயம், தக்காளி, பச்சை மிளகாய், இஞ்சி, பூண்டு விழுது சேர்த்து வதக்கவும்.
❖ அதனுடன் மசாலாத் தூள், மஞ்சள் தூள், மிளகாய்த் தூள், சோம்புத்தூள், சீரகத்தூள் சேர்த்து வதக்கவும்.
❖ கடைசியாக இறால், புதினா, கொத்தமல்லி, தேவையான உப்பு சேர்த்து வதக்கவும். கூடவே தேங்காய்ப் பால் சேர்த்துக் கிளறி கொதிக்க விடவும்.

❖ கலவை கொதித்து கிரேவி கெட்டியானதும், வெந்த சாதத்தைப் போட்டுக் கிளறி, தட்டை வைத்து மூடி, ஐந்து நிமிடங்கள்தம் போட்டு, பரிமாறவும்.

60. இறால் பிரியாணி – II

தேவையான பொருள்கள்:

இறால் - 1/2 கிலோ
பாஸ்மதி அரிசி - 1/2 கிலோ
வெங்காயம் - 2
தக்காளி - 3
பச்சை மிளகாய் - 3
இஞ்சி - 2 அங்குலத் துண்டு
பூண்டு - 10 பற்கள்
பட்டை - 2
ஏலக்காய் - 2
தயிர் - 1/2 கப்
மிளகாய்த் தூள் - 1 ஸ்பூன்
எண்ணெய் - 2 ஸ்பூன்
வெண்ணெய் - 100 கிராம்
புதினா - ஒரு கைப்பிடி
கொத்தமல்லித்தழை - ஒரு கைப்பிடி
ஏலக்காய் - 4

செய்முறை:

❖ அரிசியை ஊற வைக்கவும்.
❖ இறாலை தோல் உரித்துக் கழுவிச் சுத்தம் செய்து கொள்ளவும்.
❖ இஞ்சி, பூண்டு, பட்டை, ஏலக்காயை விழுதாக அரைக்கவும்.
❖ வெங்காயம், தக்காளி, பச்சை மிளகாயை நீளமாக நறுக்கவும்.
❖ பின் குக்கரில் எண்ணெய் விட்டுக் காய்ந்ததும், வெண்ணெய் சேர்த்து உருக்கி வெங்காயம், புதினா, பச்சை மிளகாய், தக்காளியைப் போட்டு வதக்கவும். அடுத்து அரைத்து வைத்துள்ள இஞ்சி, பூண்டு, பட்டை விழுதையும் போட்டு வதக்கி மிளகாய்த் தூள், கொத்தமல்லி தேவையான அளவு உப்பு சேர்த்து வதக்கவும். இறாலையும் சேர்த்து

வதக்கி கடைசியாக அரிசியைப் போல் அதே அளவுக்குத் (1/2 லிட்டர்) தண்ணீர் ஊற்றிக் கொதிக்கவிடவும். (பாத்திரத்தில் பிரியாணி செய்தால் ஒன்றரை மடங்கு தண்ணீர் வைக்கவும்.)

❖ முதல் கொதி வந்த பிறகு பாஸ்மதி அரிசியைப் போட்டு, ஒரு விசில் வந்த பிறகு இறக்கவும்.
❖ ருசியான இறால் பிரியாணியை சுடச் சுட பரிமாறவும்.

61. இறால் புலாவ்

தேவையான பொருள்கள்:

பாஸ்மதி அரிசி - 1/2 கிலோ
இறால் - 1/2 கிலோ
பெரிய வெங்காயம் - 3
தக்காளி - 6
பச்சை மிளகாய் - 10
இஞ்சி - 2 அங்குலத் துண்டு
பூண்டு - 10 பற்கள்
கொத்தமல்லித்தழை - 1 கப்
புதினா - 1/2 கப்
மஞ்சள் தூள் - 1/2 ஸ்பூன்
தனியாத் தூள் - 2 ஸ்பூன்
கிராம்பு - 4
ஏலக்காய் - 4
முந்திரி - 10
எண்ணெய் - 100 கிராம்
நெய் - 100 கிராம்
உப்பு - தேவையான அளவு

செய்முறை:

❖ பாஸ்மதி அரிசியைச் சுத்தம் செய்து, பத்து நிமிடங்கள் ஊற வைக்கவும்.
❖ இறாலை தோல் உரித்துக் கழுவிச் சுத்தம் செய்து கொள்ளவும்.
❖ பின் இஞ்சி, பச்சை மிளகாய், பூண்டு, ஒரு வெங்காயம், தனியா தூள், கொத்தமல்லித்தழை, சிறிதளவு உப்பு சேர்த்து விழுதாக அரைக்கவும்.
❖ அரைத்த விழுதை இறாலுடன் கலந்து பிசறி வைக்கவும்.

- குக்கரில் எண்ணெய் + நெய் ஊற்றி, கிராம்பு, ஏலக்காய், முந்திரி, புதினா, மீதமுள்ள வெங்காயம் சேர்த்து வதக்கவும். வெங்காயம் சிவந்தவுடன் தக்காளி சேர்த்து வதக்கவும். தக்காளி கூழாக வதங்கியதும் அரிசி, இறால் கலவையைச் சேர்க்கவும்.
- எல்லாம் சேர்ந்து நன்கு வதங்கிய பிறகு ஐந்து தம்ளர் தண்ணீர், தேவையான உப்பு சேர்த்து வேக விடவும்.
- இரண்டு விசில் வந்தவுடன் இறக்கவும்.
- சுடச் சுட இறால் புலாவை பரிமாறவும்.

62. இறால் காலிஃபிளவர் பிரியாணி

தேவையான பொருள்கள்:

பாஸ்மதி அரிசி - 1/2 கிலோ

இறால் - 1 கப்

காலிஃபிளவர் - ஒன்று

இஞ்சி - பூண்டு விழுது - 2 ஸ்பூன்

பெரிய வெங்காயம் - 2

தக்காளி - 2

பச்சை மிளகாய் - 2

மஞ்சள் தூள் - 1/4 ஸ்பூன் + 1/4 ஸ்பூன் + 1/2 ஸ்பூன்

மிளகாய்த் தூள் - 3 ஸ்பூன்

சோள மாவு - 1 ஸ்பூன்

மிளகுத் தூள் - 1/2 ஸ்பூன்

எண்ணெய் - 200 கிராம்

நெய் - 50 கிராம்

மசாலாத்தூள் - 2 ஸ்பூன்

கொத்தமல்லித்தழை - 1/2 கப்

புதினா - 1/2 கப்

உப்பு - தேவையான அளவு

செய்முறை:

- பாஸ்மதி அரிசியைச் சுத்தம் செய்து, பத்து நிமிடங்கள் ஊற வைக்கவும்.
- இறாலை தோல் உரித்துக் கழுவிச் சுத்தம் செய்து, அதனுடன் 1/4 ஸ்பூன் மஞ்சள் தூள், 1 ஸ்பூன் மிளகாய்த் தூள், மிளகு தூள், சிறிதளவு உப்பு சேர்த்துக் கலந்து வைக்கவும்.

- காலிஃப்ளவரைச் சுத்தம் செய்து மீதமுள்ள *1/4* ஸ்பூன் மஞ்சள் தூள், *1* ஸ்பூன் மிளகாய்த்தூள், சிறிதளவு உப்பு, சோள மாவு சேர்த்துப் பிசறி வைக்கவும்.
- வெங்காயம், தக்காளி, பச்சை மிளகாயை நறுக்கிக் கொள்ளவும்.
- அரை மணி நேரம் கழித்து அடுப்பில் வாணலி வைத்து ஒரு கப் எண்ணெய் ஊற்றி காலிஃப்ளவரைப் பொன்னிறமாக வறுத்து எடுக்கவும்.
- மீதி எண்ணெயில் இறாலைப் பொறித்தெடுத்து தனியே வைக்கவும்.
- பிறகு குக்கரில் எண்ணெய் + நெய் விட்டு கரம் மசாலாத் தூள், இஞ்சி, பூண்டு விழுது சேர்த்து வதக்கவும். பிறகு வெங்காயம், பச்சை மிளகாய், தக்காளியைச் சேர்த்து வதக்கவும். எல்லாம் வதங்கியதும் அரிசி, புதினா, கொத்தமல்லி, *1/2* ஸ்பூன் மஞ்சள் தூள், *1* ஸ்பூன் மிளகாய்த் தூள், தேவையான அளவு உப்பு சேர்த்து வதக்கவும். ஐந்து தம்ளர் தண்ணீர் விட்டு இரண்டு விசில் வைத்து இறக்கவும்.
- பத்து நிமிடங்கள் கழித்து குக்கர் திறந்து சாதத்தில் வறுத்த இறால், காலிஃப்ளவர் சேர்த்து நன்கு கிளறவும். ஐந்து நிமிடங்கள் தோசைக் கல்லின் மேல் வைத்து தம் போடவும்.
- வாசனை மிகுந்த இறால் காலிஃப்ளவர் பிரியாணி தயார்.

63. இறால் மொஹல் பிரியாணி

தேவையான பொருள்கள்:

பாஸ்மதி அரிசி - 1/2 கிலோ
இறால் - 1/2 கிலோ
பெரிய வெங்காயம் - 4
தக்காளி - 5
பச்சை மிளகாய் - 5
இஞ்சி-பூண்டு விழுது - 2 ஸ்பூன்
மஞ்சள் தூள் - 1/2 ஸ்பூன்
கரம் மசாலாத்தூள் - 1 ஸ்பூன்
மிளகாய்த் தூள் - 2 ஸ்பூன்
சீரகத்தூள் - 1/2 ஸ்பூன்
சோம்புத்தூள் - 1/2 ஸ்பூன்
பட்டை - 2
கிராம்பு - 3
ஏலக்காய் - 3

புதினா - ஒரு கைப்பிடி
தேங்காய்த்துருவல் - 2 கப்
நெய் - 100 கிராம்
உப்பு - தேவையான அளவு

செய்முறை:

- இறாலை தோல் உரித்துக் கழுவிச் சுத்தம் செய்து கொள்ளவும்.
- அரிசியை ஊற வைத்து, ஒரு விசில் வரை வேக வைத்து எடுக்கவும்.
- வெங்காயத்தை நீளவாக்கில் நறுக்கவும். தக்காளியைத் துண்டுகளாக்கவும். பச்சை மிளகாயைக் கீறவும்.
- பின் தேங்காய்த் துருவலை மிக்ஸியில் போட்டு, 3 கப் பால் எடுத்து வைக்கவும்.
- அடுத்து வாணலியில் நெய் ஊற்றிக் காய்ந்ததும், பட்டை, கிராம்பு, ஏலக்காய் தாளித்து வெங்காயம், தக்காளி, பச்சை மிளகாய் சேர்த்து வதக்கவும். இஞ்சி-பூண்டு விழுது சேர்த்து வதக்கவும். பச்சை வாசனை போனதும் மஞ்சள் தூள், மிளகாய்த் தூள், கரம் மசாலாத்தூள், சீரகத்தூள், சோம்புத்தூள் சேர்த்து வதக்கவும். கடைசியாக இறால், கொத்தமல்லித்தழை, தேவையான அளவு உப்பு சேர்த்து வதக்கவும்.
- எல்லாம நன்கு வதங்கியதும் மூன்று கப் தேங்காய்ப் பாலை ஊற்றிக் கொதிக்கவிடவும்.
- இறால் வெந்தவுடன், வடித்து வைத்துள்ள சாதத்தைச் சேர்த்துக் கிளறி, ஒரு கனமான தட்டைப் போட்டு மூடிவைக்கவும்.
- பத்து நிமிடங்களுக்குப் பிறகு சுடச் சுடப் பரிமாறவும்.

64. ஹைதராபாத் இறால் பிரியாணி

தேவையான பொருள்கள்:

இறால் - 1/2 கிலோ
பாஸ்மதி அரிசி - 1/2 கிலோ
பெரிய வெங்காயம் -3
பச்சை மிளகாய் - 4
இஞ்சி - பூண்டு விழுது - 4 ஸ்பூன்
எண்ணெய் - 200 கிராம்
தயிர் - 1/2 கப்
மஞ்சள் தூள் - 1/2 ஸ்பூன்
மிளகாய்த்தூள் - 1 ஸ்பூன்

எலுமிச்சை - 1
பட்டை - 2
கிராம்பு - 2
ஏலக்காய் - 2
கொத்தமல்லித்தழை -1/2 கப்
புதினா - 1/2 கப்
குங்குமப்பூ - சிறிது
சூடான பால் - 1/4 கப்

மசாலா தயாரிக்க:

பட்டை - 2
கிராம்பு - 2
ஏலக்காய் - 2
கறுப்பு ஏலக்காய் - 2
ஜாதிபத்திரி - சிறிது
ஷாஜீரா - 1 ஸ்பூன்
காய்ந்த வெந்தயக் கீரை (கசூரி மேத்தி) - 1 ஸ்பூன்
மிளகாய்த்தூள் - 1/2 ஸ்பூன்
தனியாத்தூள் - 1/2 ஸ்பூன்
மிளகு - 1 ஸ்பூன்
சோம்பு - 1/4 ஸ்பூன்
சீரகம் - 1/2 ஸ்பூன்

செய்முறை:

- ❖ முதலில் பாஸ்மதி அரிசியைக் கழுவிச் சுத்தம் செய்து 20 நிமிடம் ஊற வைக்கவும்.
- ❖ அடுத்து இறாலை தோல் உரித்துக் கழுவிச் சுத்தம் செய்து கொள்ளவும்.
- ❖ வெங்காயத்தை நீளவாக்கில் நறுக்கி, பொன்னிறமாகப் பொரித்தெடுத்து வைக்கவும்.
- ❖ பச்சை மிளகாயைக் கீறி வைக்கவும்.
- ❖ மசாலா தயாரிக்கக் கொடுத்துள்ள பொருள்களோடு, சிறிது வறுத்த வெங்காயத்தைச் சேர்த்து நன்றாகப் பொடித்துக்கொள்ளவும்.
- ❖ அடுத்தபடியாக இறாலுடன் மிளகாய்த்தூள், மஞ்சள் தூள், இஞ்சி-பூண்டு விழுதில் பாதி, சிறிதளவு உப்பு சேர்த்து ஒரு மணி நேரம் ஊற விடவும்.

* பிறகு வாணலியில் எண்ணெய் ஊற்றி, இறால்களைப் பொரித்து எடுத்து வைக்கவும்.
* இறாலைப் பொரித்த பிறகு அதே எண்ணெயில் மீதமுள்ள இஞ்சி-பூண்டு விழுது, தயிர், அரைத்த மசாலாத்தூள், கொத்தமல்லி, புதினா, பச்சை மிளகாய், உப்பு, எலுமிச்சை சாறு சேர்த்து வதக்கவும்.
* பச்சை வாசனை போனதும் அதனுடன் பொரித்த வெங்காயத்தில் பாதி சேர்க்கவும். கூடவே பொரித்த இறாலையும் சேர்த்து, அரை தம்ளர் தண்ணீர் சேர்த்துக் கொதிக்க விடவும்.
* மசாலா கொதித்து கிரேவி கெட்டியானதும் இறக்கி வைக்கவும்.
* அடுத்து ஒரு பாத்திரத்தில் சாதம் வடிக்க தண்ணீர் வைத்து, பிரியாணி இலை, ஏலக்காய், கிராம்பு, பட்டை, சிறிது நெய், உப்பு சேர்த்துக் கொதிக்க விடவும். கொதித்ததும் ஊறிய அரிசியை அதில் கொட்டி, முக்கால் பதத்துக்கு வேக வைத்து இறக்கவும்.
* சூடான பாலில் குங்குமப்பூ சேர்த்துக் கலந்து தனியே வைக்கவும்.
* கடைசியாக ஓர் அகலமான பாத்திரத்தில் இறால் கிரேவியில் பாதியைப் பரப்பவும்.
* அதன் மீது சாதத்தைப் பரப்பவும்.
* சாதத்தின் மீது பாதி நெய், வறுத்த வெங்காயத்தைப் போடவும்.
* மீதி இறால் கலவையைச் சாதத்தின் மீது வைக்கவும்.
* மீண்டும் சாதத்தைப் பரப்பவும்.
* மீதி வெங்காயம், நெய் ஊற்றவும்.
* குங்குமப்பூ கரைசலை மேலே விடவும்.
* அடுப்பில் தோசைக்கல்லை வைத்து, அதன் மீது இந்தப் பாத்திரத்தை வைத்து மூடி, பத்து நிமிடங்களுக்குத் தம் போட்டு பிறகு சுடச் சுட பரிமாறவும்.
* சுவையான வாசனை மிகுந்த ஹைதராபாத் இறால் பிரியாணி தயார்.

65. டபுள் பீன்ஸ் – இறால் பிரியாணி

தேவையான பொருள்கள்:

பாஸ்மதி அரிசி - 1/2 கிலோ
இறால் - 1/2 கிலோ
டபுள் பீன்ஸ் - 100 கிராம்
பெரிய வெங்காயம் - 4
தக்காளி - 4

பச்சை மிளகாய் - 2
இஞ்சி- பூண்டு விழுது - 3 ஸ்பூன்
சோம்புத் தூள் - 1 ஸ்பூன்
கரம் மசாலாத் தூள் - 2 ஸ்பூன்
மிளகாய்த் தூள் - 2 ஸ்பூன்
மஞ்சள் தூள் - 1/4 ஸ்பூன்
எண்ணெய் - 50 கிராம்
நெய் - 2 ஸ்பூன்
உப்பு - தேவையான அளவு
கொத்தமல்லி இலை - 1/2 கப்

செய்முறை:

❖ பாஸ்மதி அரிசியைச் சுத்தம் செய்து பத்து நிமிடங்கள் ஊற வைக்கவும்.
❖ பிறகு ஒரு பாத்திரத்தில் 5 தம்ளர் தண்ணீர் வைத்து, அரிசியைப் போட்டு உதிர் உதிராகச் சாதத்தை வடித்துக்கொள்ளவும்.
❖ இறாலை உரித்துச் சுத்தம் செய்யவும்.
❖ வெங்காயம், தக்காளி, பச்சை மிளகாயை நறுக்கவும்.
❖ டபுள் பீன்ஸை உரித்து எடுக்கவும்.
❖ வாணலியில் எண்ணெய், நெய் ஊற்றிக் காய்ந்ததும் அதில் இஞ்சி, பூண்டு விழுது, நறுக்கிய வெங்காயம், தக்காளி, பச்சை மிளகாய் சேர்த்து வதக்கவும். கரம் மசாலாத் தூள் சேர்த்துப் பிரட்டவும். எல்லாம் நன்கு வதங்கியதும் இறால், டபுள் பீன்ஸ் சேர்த்து வதக்கி குறைந்த தீயில் வேக விடவும். பின்பு மஞ்சள் தூள், மிளகாய்த் தூள், தேவையான அளவு உப்பு போட்டு, 1/2 தம்ளர் தண்ணீர் சேர்த்து வேக விடவும். தொக்குப் பதம் வந்ததும் கொத்தமல்லி இலையைத் தூவவும்.
❖ இதில் சூடான சாதத்தைச் சேர்த்து நன்கு கிளறி மூடி வைக்கவும்.
❖ பத்து நிமிடங்களுக்குப் பிறகு பரிமாறவும்.
❖ சுவையான டபுள் பீன்ஸ் - இறால் பிரியாணி தயார்.

66. மீன் கோஃப்தா பிரியாணி

தேவையான பொருள்கள்:

பாஸ்மதி அரிசி - 2 கப்
வஞ்சிரம் அல்லது கொடுவா மீன் - 1/4 கிலோ
வெங்காயம் - 2

தக்காளி - 2

பச்சை மிளகாய் - 3

இஞ்சி - 1 சிறு துண்டு

பூண்டு - 10 பற்கள்

கரம் மசாலாத்தூள் - 1/2 ஸ்பூன்

மஞ்சள் தூள் - 1/4 ஸ்பூன்

கடலை மாவு - 2 ஸ்பூன்

பட்டை - 3

கிராம்பு - 3

ஏலக்காய் - 3

சோம்பு - 1/2 ஸ்பூன்

நெய் - 1 ஸ்பூன்

சமையல் எண்ணெய் - 1/4 லிட்டர்

உப்பு - தேவையான அளவு

கொத்தமல்லித்தழை - ஒரு கைப்பிடி

புதினா - ஒரு கைப்பிடி

பிரியாணி இலை - 2

செய்முறை:

- *பாஸ்மதி அரிசியைச் சுத்தம் செய்து அரை மணி நேரம் ஊற வைக்கவும்.*
- *அடுத்து குக்கரில் நெய், எண்ணெய் விட்டு, பட்டை, கிராம்பு, ஏலக்காய் போட்டுத் தாளிக்கவும். இஞ்சி-பூண்டில் முக்கால் பங்கு போட்டு வதக்கவும். பின் வெங்காயம் போட்டுப் பொன்னிறமாக வதக்கவும். அடுத்ததாக தக்காளி, ப.மிளகாய், புதினா சேர்த்து வதக்கவும். கூடவே மஞ்சள் தூள், கரம் மசாலாத் தூள், உப்பு, சேர்த்து வதக்கி, ஊற வைத்துள்ள பாஸ்மதி அரிசியைக் கொட்டி, 4 கப் தண்ணீர் சேர்த்து, ஒரு விசில் வரை வேக விட்டு இறக்கவும்.*
- *மீனைச் சுத்தப்படுத்தி வேக வைத்து, உதிர்த்துக்கொள்ளவும்.*
- *பின் மீனுடன் தேவையான உப்பு, மீதமுள்ள இஞ்சி-பூண்டு, கடலைமாவு சேர்த்து பிசைந்துகொள்ளவும்.*
- *பிறகு அடுப்பில் வாணலி வைத்து எண்ணெய் ஊற்றிக் காய்ந்ததும் மீன் கலவையை உருண்டைகளாகப் போட்டு, பொரித்து எடுக்கவும்.*
- *குக்கரைத் திறந்து உருண்டைகளைப் பிரியாணியில் கலந்து, மிதமான தீயில் ஐந்து நிமிடம் வைத்து இறக்கவும்.*
- *கொத்தமல்லி இலை தூவிப் பரிமாறவும்.*

67. ஹைதராபாத் ஃபிஷ் பிரியாணி

தேவையான பொருள்கள்:

முள் இல்லாத மீன் - 1/2 கிலோ
பாஸ்மதி அரிசி - 1/2 கிலோ
பெரிய வெங்காயம் -3
பச்சை மிளகாய் - 4
இஞ்சி - பூண்டு விழுது - 4 ஸ்பூன்
எண்ணெய் - 200 கிராம்
தயிர் - 1/2 கப்
மஞ்சள் தூள் - 1/2 ஸ்பூன்
மிளகாய்த்தூள் - 1 ஸ்பூன்
எலுமிச்சை - 1
பட்டை - 2
கிராம்பு - 2
ஏலக்காய் - 2
கொத்தமல்லித்தழை -1/2 கப்
புதினா - 1/2 கப்
குங்குமப்பூ - சிறிது
சூடான பால் - 1/4 கப்
உப்பு - தேவையான அளவு
மசாலா தயாரிக்க
பட்டை - 2
கிராம்பு - 2
ஏலக்காய் - 2
கறுப்பு ஏலக்காய் - 2
ஜாதிபத்திரி - சிறிது
ஷாஜீரா - 1 ஸ்பூன்
காய்ந்த வெந்தயக் கீரை (கசூரி மேத்தி)- 1 ஸ்பூன்
மிளகாய்த்தூள் - 1/2 ஸ்பூன்
தனியாத்தூள் - 1/2 ஸ்பூன்
மிளகு - 1 ஸ்பூன்
சோம்பு - 1/4 ஸ்பூன்
சீரகம் - 1/2 ஸ்பூன்

செய்முறை:

- பாஸ்மதி அரிசியைச் சுத்தம் செய்து 20 நிமிடம் ஊற வைக்கவும்.
- அடுத்ததாக மீனைச் சுத்தம் செய்யவும்.
- பின் வெங்காயத்தை நீளவாக்கில் நறுக்கி, பொன்னிறமாகப் பொரித்தெடுக்கவும். பச்சை மிளகாயைக் கீறி வைக்கவும்.
- மசாலா தயாரிக்கக் கொடுத்துள்ள பொருள்களோடு, சிறிது வறுத்த வெங்காயத்தைச் சேர்த்து நன்றாகப் பொடித்துக்கொள்ளவும்.
- பிறகு மீன் மீது மிளகாய்த்தூள், மஞ்சள் தூள், இஞ்சி-பூண்டு விழுதில் பாதி, உப்பு சேர்த்துப் பிசறி ஒரு மணி நேரம் ஊற விடவும்.
- ஒரு மணி நேரத்துக்குப் பிறகு வாணலியில் எண்ணெய் ஊற்றி, மீன்களைப் பொரித்து எடுக்கவும்.
- மீன்கள் ஆறிய பிறகு மீன்களைச் சிறு சிறு துண்டுகளாக ஒரே அளவில் வெட்டிக்கொள்ளவும்.
- மீன் பொரித்த பிறகு அதே எண்ணெயில் மீதமுள்ள இஞ்சி-பூண்டு விழுது, தயிர், அரைத்த மசாலாத்தூள், கொத்தமல்லி, புதினா, பச்சை மிளகாய், உப்பு, எலுமிச்சை சாறு சேர்த்து வதக்கவும்.
- பச்சை வாசனை போன பிறகு பொரித்த வெங்காயத்தில் பாதி சேர்த்துக் கிளறி, பொரித்த மீன்களைச் சேர்த்து, அரை தம்ளர் தண்ணீர் விட்டுக் கொதிக்க விடவும். மசாலா கெட்டியானதும் இறக்கி வைக்கவும்.
- ஒரு பாத்திரத்தில் தண்ணீர் வைத்து, பிரியாணி இலை, ஏலக்காய், கிராம்பு, பட்டை, சிறிது நெய், உப்பு சேர்த்துக் கொதிக்க விடவும்.
- ஊறிய அரிசியை அதில் கொட்டி, முக்கால் பதத்துக்கு வேக வைத்து இறக்கவும்.
- சூடான பாலில் குங்குமப்பூ சேர்த்துக் கலந்து வைக்கவும்.
- கடைசியாக ஓர் அகலமான பாத்திரத்தில் மீன் கலவையைப் பாதிப் பரப்பவும்.
- அதன் மீது சாதத்தைப் பரப்பவும். பாதி நெய், வறுத்த வெங்காயத்தைப் போடவும்.
- மீதி மீன் கலவையைச் சாதத்தின் மீது வைக்கவும்.
- மீண்டும் சாதத்தைப் பரப்பவும்.
- மீதி வெங்காயத்தைப் பரப்பவும், நெய் ஊற்றவும்.
- குங்குமப்பூ கரைசலை மேலே விடவும்.
- அடுப்பில் தோசைக்கல்லை வைத்து, அதன் மீது இந்தப் பாத்திரத்தை வைத்து மூடி, பத்து நிமிடங்களுக்குத் தம் போடவும்.
- இறக்கி சுடச் சுட பரிமாறவும்.

68. சுறா புலாவ்

தேவையான பொருள்கள்:

சுறா மீன் - 1/2 கிலோ
பாஸ்மதி அரிசி - 1/2 கிலோ
எண்ணெய் - 100 கிராம்
பட்டை - 3
கிராம்பு - 3
ஏலக்காய் - 3
லவங்கம் - 2
சீரகத்தூள் - 1 ஸ்பூன்
மிளகுத்தூள் - 1 ஸ்பூன்
சோம்பு - 1/2 ஸ்பூன்
சின்ன வெங்காயம் - 1/2 கிலோ
பச்சை மிளகாய் - 6
இஞ்சி - 50 கிராம்
பூண்டு - 20 பற்கள்
மஞ்சள் தூள் - 1/2 ஸ்பூன்
உப்பு - தேவையான அளவு
கறிவேப்பிலை - 1 கொத்து
கொத்தமல்லித்தழை - ஒரு கைப்பிடி

செய்முறை:

❖ பாஸ்மதி அரிசியைச் சுத்தம் செய்து, பத்து நிமிடங்கள் ஊற வைக்கவும்.
❖ சுறாவைச் சுத்தம் செய்யவும்.
❖ பிறகு ஒரு பாத்திரத்தில் தண்ணீர் ஊற்றி, சுறா மீன் துண்டுகளைப் போட்டு, மஞ்சள் தூள் சேர்த்து வேக விடவும். சுறா வெந்ததும் முள்களை நீக்கி உதிர்த்து வைத்துக் கொள்ளவும்.
❖ இஞ்சியைத் தோல் சீவி நசுக்கி வைக்கவும். பூண்டை அரைகுறையாக நசுக்கவும். வெங்காயத்தை நீளவாக்கில் மெல்லியதாக நறுக்கவும். பச்சை மிளகாயை நீளவாக்கில் நறுக்கவும்.
❖ ஒரு பாத்திரத்தில் 6 தம்ளர் தண்ணீர் ஊற்றி, பட்டை, கிராம்பு, லவங்கம், ஏலக்காய் சேர்த்து, தேவையான உப்பு போட்டு, அரிசியைப் போடவும்.
❖ அரிசியை உதிர் உதிராக சாதம் வடித்துக்கொள்ளவும்.

- ஒரு பெரிய வாணலியில் எண்ணெய் ஊற்றி, சோம்பு சேர்க்கவும். கறிவேப்பிலை, வெங்காயம், பச்சை மிளகாய் சேர்த்து பொன்னிறமாகும் வரை வதக்கவும். அடுத்து மிளகுத்தூள், சீரகத்தூள், உப்பு சேர்க்கவும். கூடவே உதிர்த்து வைத்துள்ள சுறா புட்டைக் கொட்டி நன்கு வதக்கவும்.
- சுறா புட்டு உதிராக வந்தபிறகு, சாதத்தைக் கொட்டிக் கிளறவும். மெல்லிய தீயில் 5 நிமிடங்கள் வைத்து, இறக்கவும். கொத்தமல்லி இலை தூவிப் பரிமாறவும்.

69. நண்டு புலாவ்

தேவையான பொருள்கள்:

நண்டு - 1/2 கிலோ
பாஸ்மதி அரிசி - 1/2 கிலோ
பெரிய வெங்காயம் - 4
பச்சை மிளகாய் - 8
இஞ்சி - 50 கிராம்
பூண்டு - 20 பற்கள்
மிளகுத்தூள் - 1 ஸ்பூன்
சீரகத்தூள் - 1 ஸ்பூன்
உப்பு - தேவையான அளவு
கொத்தமல்லித்தழை - ஒரு கைப்பிடி
பட்டை - 3
லவங்கம் - 2
கிராம்பு - 3
ஏலக்காய் - 3
சமையல் எண்ணெய் - 100 கிராம்

செய்முறை:

- நண்டை ஓடுகள் நீக்கிச் சுத்தம் செய்து தண்ணீரில் சிறிது உப்பு சேர்த்து, நண்டை வேக வைக்கவும்.
- பாஸ்மதி அரிசியைச் சுத்தம் செய்து, ஊற வைக்கவும்.
- இஞ்சி-பூண்டை விழுதாக அரைத்துக்கொள்ளவும்.
- பச்சை மிளகாய், வெங்காயத்தை நீள வாக்கில் நறுக்கவும்.
- ஒரு பாத்திரத்தில் 6 தம்ளர் தண்ணீர் ஊற்றி, உப்பு, பட்டை, கிராம்பு, லவங்கம், ஏலக்காய் சேர்த்து, அரிசியைப் போடவும். உதிர் உதிராக சாதம் வடித்துக்கொள்ளவும்.

❖ வெந்த நண்டுகளை ஆற வைத்து, உதிர்க்கவும்.
❖ ஒரு பெரிய வாணலியில் எண்ணெய் ஊற்றவும். இஞ்சி-பூண்டு விழுது சேர்த்து, பச்சை வாசனை போகும் வரை வதக்கவும். அடுத்து வெங்காயம், பச்சை மிளகாய் சேர்த்து பொன்னிறமாக வதக்கவும். உதிர்த்த நண்டுகளையும் போட்டு நன்கு வதக்கவும். கூடவே தேவையான உப்பு, சீரகத்தூள், மிளகுத்தூள் சேர்த்துப் பிரட்டவும்.
❖ கடைசியாக வேக வைத்த சாதத்தைப் போட்டு நன்கு கிளறவும். மெல்லிய தீயில் மேலும் 5 நிமிடங்கள் வைத்து இறக்கவும். கொத்தமல்லி இலை தூவிப் பறிமாறவும்.

70. நண்டு – இறால் புலாவ்

தேவையான பொருள்கள்:

நண்டு - 1/4 கிலோ
இறால் - 1/4 கிலோ
பாஸ்மதி அரிசி - 1/2 கிலோ
பெரிய வெங்காயம் - 4
பச்சை மிளகாய் - 8
இஞ்சி - 50 கிராம்
பூண்டு - 20 பற்கள்
மிளகுத்தூள் - 1 ஸ்பூன்
சீரகத்தூள் - 1 ஸ்பூன்
உப்பு - தேவையான அளவு
கொத்தமல்லித்தழை - ஒரு கைப்பிடி
பட்டை - 3
லவங்கம் - 2
கிராம்பு - 3
ஏலக்காய் - 3
சமையல் எண்ணெய் - 100 கிராம்

செய்முறை:

❖ நண்டையும் இறாலையும் ஓடுகள், தோல்கள் நீக்கி, சுத்தம் செய்து, தண்ணீரில் சிறிது உப்பு சேர்த்து, இரண்டையும் போட்டு வேக வைத்துக் கொள்ளவும்.

* பாஸ்மதி அரிசியைச் சுத்தம் செய்து, ஊற வைக்கவும்.
* இஞ்சி-பூண்டை விழுதாக அரைத்துக் கொள்ளவும்.
* பச்சை மிளகாய், வெங்காயத்தை நீள வாக்கில் நறுக்கவும்.
* ஒரு பாத்திரத்தில் 6 தம்ளர் தண்ணீர் ஊற்றி, உப்பு, பட்டை, கிராம்பு, லவங்கம், ஏலக்காய் சேர்த்து, அரிசியைப் போட்டு வேக வைத்து சாதத்தை உதிர் உதிராக வடித்துக்கொள்ளவும்.
* வெந்த நண்டுகளை ஆற வைத்து, உதிர்க்கவும்.
* அடுத்தபடியாக ஒரு பெரிய வாணலியில் எண்ணெய் ஊற்றவும். எண்ணெய் காய்ந்ததும் இஞ்சி-பூண்டு விழுது சேர்க்கவும். பச்சை வாசனை போகும் வரை வதக்கவும். பின் வெங்காயம், பச்சை மிளகாய் சேர்த்து பொன்னிறமாக வதக்கவும். அதனுடன் உதிர்த்த நண்டு, இறாலைப் போட்டு நன்கு வதக்கவும். கூடவே தேவையான உப்பு, சீரகத்தூள், மிளகுத்தூள் சேர்க்கவும். வேக வைத்த சாதத்தையும் போட்டு நன்கு கிளறவும்.
* அப்படியே மெல்லிய தீயில் 5 நிமிடங்கள் வரை வைத்து இறக்கவும்.
* சுவையான நண்டு - இறால் புலாவை கொத்தமல்லி இலை தூவி சுடச் சுட பறிமாறவும்.

71. மீன் ஃப்ரைட் ரைஸ்

தேவையான பொருள்கள்:

பாஸ்மதி அரிசி - 1/2 கிலோ

முள் இல்லாத மீன் - 1/2 கிலோ

வெங்காயம் - 1

இஞ்சி - பூண்டு விழுது - 1 ஸ்பூன்

வெங்காயத் தாள் - 1 கொத்து

முட்டை கோஸ் - 1/4 கப்

கேரட் - 1/4 கப்

குடை மிளகாய் - 1

பச்சை பட்டாணி - 1/4 கப்

வெண்ணெய் - 1/2 கப்

சோயா சாஸ் - 1/2 ஸ்பூன்

வெள்ளை மிளகுத் தூள் - 1 ஸ்பூன்

கறுப்பு மிளகுத் தூள் - 2 ஸ்பூன்

சர்க்கரை - 1 ஸ்பூன்

பூண்டு - 5 பற்கள்

பச்சை மிளகாய் - 3

முட்டை - 2

எண்ணெய் - 100 கிராம்

உப்பு - தேவையான அளவு

செய்முறை:

- பாஸ்மதி அரிசியைச் சுத்தம் செய்து அரை மணி நேரம் ஊறவிடவும்.
- மீனைச் சுத்தம் செய்யவும். பின் சிறிதளவு உப்பு, மிளகுத்தூள் சேர்த்து மீனை அரை மணி நேரம் ஊற விடவும்.
- வெங்காயம், முட்டை கோஸ், கேரட், குடை மிளகாயை நறுக்கவும்.
- குக்கரில் 2 ஸ்பூன் வெண்ணெய் போட்டு உருக்கி, நறுக்கிய வெங்காயத்தில் சிறிது வெங்காயம் போட்டுச் சிவக்கவிடவும். அடுத்து இஞ்சி - பூண்டு விழுதைச் சேர்த்து வதக்கவும். பச்சை வாசனை போனதும் ஊற வைத்த அரிசியைத் தண்ணீர் வடித்து சேர்க்கவும். அதனுடன் சோயா சாஸ் 1/4 ஸ்பூன் ஊற்றி, உப்பு சேர்த்து கிளறிவிடவும். 5 தம்ளர் தண்ணீர் ஊற்றி சாதமாக வடிக்கவும்.
- அடுத்தபடியாக வாணலியில் வெண்ணெய் விட்டு உருக்கிக் கொள்ளவும். சர்க்கரை, நறுக்கிய பூண்டு, பச்சை மிளகாய் சேர்த்து வதக்கவும். மீதமுள்ள வெங்காயம் சேர்த்து சிவக்க வதக்கவும்.
- முட்டை கோஸ், கேரட், பட்டாணி, வெங்காயத்தாள் அனைத்தையும் ஒன்றன் பின் ஒன்றாகச் சேர்த்து நன்கு வதக்கவும். காய்கள் பாதி வெந்தவுடன், வெள்ளை மிளகுத்தூள், உப்பு, சோயாசாஸ் சேர்த்துக் கிளறி இறக்கவும்.
- வாணலியில் எண்ணெய் விட்டு, மீன்களைப் பொறித்து எடுக்கவும். பொறித்த மீன் ஆறியதும், முள் நீக்கி உதிர்த்து வைக்கவும்.
- ஒரு கிண்ணத்தில் முட்டையை உடைத்து ஊற்றி, உப்பு, மிளகுத்தூள் சேர்த்து கலக்கவும்.
- பின் அடுப்பில் மீண்டும் வாணலி வைத்து எண்ணெய் விட்டுக் காய்ந்ததும், முட்டைக் கலவையை ஊற்றி கரண்டியால் கிளறி, உதிர் உதிராக இறக்கவும்.
- முள் நீக்கி உதிர்த்து வைத்துள்ள மீன், முட்டை கலவையைச் சாதத்தில் கொட்டவும்.
- காய்கறி கலவையையும் சாதத்தில் கொட்டிக் கிளறவும். ஒரு ஸ்பூன் நெய் விட்டு, பரிமாறவும்.
- சுவையான மீன் ஃப்ரைட் ரைஸ் ரெடி.

முட்டை பிரியாணி

72. பாரம்பரிய முட்டை பிரியாணி

தேவையான பொருள்கள்:

பாஸ்மதி அரிசி - 2 கப்
பெரிய வெங்காயம் - 3
தக்காளி - 2
பச்சை மிளகாய் - 2
இஞ்சி - 1 துண்டு
பூண்டு - 10 பற்கள்
மஞ்சள் தூள் - 1/4 ஸ்பூன்
நெய் - 1 ஸ்பூன்
சமையல் எண்ணெய் - 2 ஸ்பூன்
முட்டை - 7
பட்டை - 2
கிராம்பு - 2
புதினா - 1 கப்
கொத்தமல்லி இலை - 1/2 கப்
உப்பு - தேவையான அளவு
மிளகுத் தூள் - 1/2 ஸ்பூன்

செய்முறை:

❖ பாஸ்மதி அரிசியைக் கழுவி, சுத்தம் செய்து அரை மணி நேரம் ஊற வைக்கவும்.

❖ நான்கு முட்டைகளை வேக வைத்து, ஓடு நீக்கி எடுத்துக்கொள்ளவும்.

❖ பச்சை மிளகாய், இஞ்சி - பூண்டு, ஒரு வெங்காயம், தக்காளி ஆகியவற்றைத் தனித்தனியாக அரைக்கவும்.

❖ மீதி வெங்காயத்தை நறுக்கி வைக்கவும்.

❖ குக்கரில் நெய், எண்ணெய் சேர்த்து, பட்டை, கிராம்பு, மிளகுத் தூள் போட்டுத் தாளிக்கவும். பச்சை மிளகாய் விழுதைப் போட்டுப் பொன்னிறமாக வதக்கவும். பிறகு இஞ்சி, பூண்டு விழுது சேர்த்து வதக்கவும். அடுத்து வெங்காய விழுது சேர்த்து வதக்கவும். தக்காளி விழுதைச் சேர்த்து வதக்கவும்.

- ❖ எல்லாம் நன்கு வதங்கியதும் நறுக்கிய வெங்காயம், மஞ்சள் தூள், தேவையான உப்பு, பிரியாணி இலை, பாதி கொத்தமல்லித்தழை சேர்த்து வதக்கவும்.
- ❖ மூன்று முட்டைகளை உடைத்து ஊற்றிக் கிளறவும். பின் ஊற வைத்த அரிசியைக் கொட்டி, நான்கு கப் தண்ணீர் சேர்த்து குக்கரை மூடவும். ஒரு விசில் வந்ததும் இறக்கவும்.
- ❖ மீதமுள்ள கொத்தமல்லித்தழை தூவி, வேக வைத்த முட்டையை அதன்மீது வைத்து சுடச்சுட பரிமாறவும்.

73. முட்டை காலி ஃப்ளவர் மசாலா பிரியாணி

பிரியாணிக்குத் தேவையான பொருள்கள்:

பாஸ்மதி அரிசி - 2 கப்

பெரிய வெங்காயம் - 2

தக்காளி - 2

பச்சை மிளகாய் - 2

இஞ்சி - பூண்டு விழுது - 1 ஸ்பூன்

மஞ்சள்தூள் - 1/4 ஸ்பூன்

மிளகாய்த் தூள் - 1 ஸ்பூன்

எண்ணெய் - 200 கிராம்

நெய் - 50 கிராம்

பட்டை - 2

கிராம்பு - 2

ஏலக்காய் - 2

புதினா - ஒரு கைப்பிடி

கொத்தமல்லித்தழை - ஒரு கைப்பிடி

உப்பு - தேவையான அளவு

முட்டை காலிப்ளவர் மசாலாவுக்குத் தேவையான பொருள்கள்:

முட்டை - 5

காளி ஃப்ளவர் - ஒன்று (சிறியது)

தேங்காய்த் துருவல் - 1/2 கப்

பெரிய வெங்காயம் - 1

பச்சை மிளகாய் - 2

மிளகுத் தூள் - 1/2 ஸ்பூன்

பூண்டு - 4 பற்கள்

எண்ணெய் - 50 கிராம்

உப்பு - தேவையான அளவு

செய்முறை:

❖ முதலில் பாஸ்மதி அரிசியைச் சுத்தம் செய்து அரை மணி நேரம் ஊற வைக்கவும்.

❖ பின் குக்கரில் எண்ணெய் + நெய் விட்டு பட்டை, கிராம்பு, ஏலக்காய் தாளிக்கவும். இஞ்சி, பூண்டு விழுது, மிளகாய்த் தூள், மஞ்சள் தூள் சேர்த்து வதக்கவும். கூடவே நறுக்கிய வெங்காயம், தக்காளி, பச்சை மிளகாய் சேர்த்து வதக்கவும்.

❖ பிறகு அரிசியைச் சேர்த்து நன்கு வதக்கி, நான்கு கப் தண்ணீர், புதினா, கொத்தமல்லி, உப்பு சேர்த்து வேக விடவும். இரண்டு விசில் வந்தவுடன் இறக்கவும்.

❖ பிளைன் பிரியாணி ரெடி.

❖ அடுத்து காலி ஃப்ளவரைச் சிறிய துண்டுகளாக நறுக்கி, உப்பு நீரில் போட்டுச் சுத்தம் செய்யவும்.

❖ பச்சை மிளகாய், தேங்காய்த் துருவல், பூண்டு, சோம்பு ஆகியவற்றை நன்கு அரைக்கவும்.

❖ வாணலியில் எண்ணெய் ஊற்றிக் காய்ந்ததும், நறுக்கிய வெங்காயம், காலிஃப்ளவர் சேர்த்து வதக்கவும். பின் அதில் அரைத்த விழுதைப் போட்டு வதக்கவும். கால் தம்ளர் தண்ணீருடன் உப்பு சேர்த்து வேக விடவும்.

❖ காலிஃப்ளவர் வெந்ததும் மிளகுத் தூள் சேர்க்கவும். பின் முட்டைகளை உடைத்து ஊற்றி, நன்கு வெந்ததும் இறக்கி, சூடான ப்ளைன் பிரியாணியில் கலக்கவும்.

❖ பத்து நிமிடங்களுக்குப் பிறகு பரிமாறவும்.

74. முட்டை கைமா பிரியாணி

பிரியாணிக்குத் தேவையான பொருள்கள்:

பாஸ்மதி அரிசி - 2 கப்

பெரிய வெங்காயம் - 2

தக்காளி - 2

பச்சை மிளகாய் - 2

இஞ்சி - பூண்டு விழுது - 1 ஸ்பூன்

மஞ்சள்தூள் - 1/4 ஸ்பூன்

மிளகாய்த் தூள் - 1 ஸ்பூன்

எண்ணெய் - 200 கிராம்

நெய் - 50 கிராம்

பட்டை - 2

கிராம்பு - 2

ஏலக்காய் - 2

புதினா - ஒரு கைப்பிடி

கொத்தமல்லித்தழை - ஒரு கைப்பிடி

உப்பு - தேவையான அளவு

முட்டை கைமாவுக்குத் தேவையான பொருள்கள்:

முட்டை - 3

கொத்துக் கறி - 250 கிராம்

கடலைப் பருப்பு - 100 கிராம்

பெரிய வெங்காயம் - 2

பச்சை மிளகாய் - 6

மஞ்சள் தூள் - 1/2 ஸ்பூன்

உப்பு - தேவையான அளவு

மிளகுத் தூள் - 1/2 ஸ்பூன்

எண்ணெய் - 50 கிராம்

செய்முறை:

❖ முதலில் பாஸ்மதி அரிசியைச் சுத்தம் செய்து அரை மணி நேரம் ஊற வைக்கவும்.

❖ பின் குக்கரில் எண்ணெய் + நெய் விட்டு பட்டை, கிராம்பு, ஏலக்காய் தாளிக்கவும். இஞ்சி, பூண்டு விழுது, மிளகாய்த் தூள், மஞ்சள் தூள் சேர்த்து வதக்கவும். கூடவே நறுக்கிய வெங்காயம், தக்காளி, பச்சை மிளகாய் சேர்த்து வதக்கவும்.

❖ பிறகு அரிசியைச் சேர்த்து நன்கு வதக்கி, நான்கு கப் தண்ணீர், புதினா, கொத்தமல்லி, உப்பு சேர்த்து வேக விடவும். இரண்டு விசில் வந்தவுடன் இறக்கவும்.

❖ பிளைன் பிரியாணி ரெடி.

❖ அடுத்து கொத்துக் கறியைச் சுத்தம் செய்து, உப்பு போட்டு வேக விடவும். பாதி அளவு வெந்ததும், கூடவே கடலைப் பருப்பு, மஞ்சள் தூள் சேர்த்து வேக விடவும். தண்ணீர் வற்றியவுடன் இறக்கி வைக்கவும்.

* பின் வாணலியில் எண்ணெய் ஊற்றி நறுக்கிய வெங்காயம், பச்சை மிளகாய் சேர்த்து வதக்கவும். அதில் வேக வைத்த கொத்துக் கறியைச் சேர்க்கவும். கறி நன்கு வதங்கியவுடன் முட்டையை உடைத்து ஊற்றி, மிளகுத் தூள் சேர்த்து உதிரியாக வரும் வரை கிளறவும்.
* கைமா ரெடி.
* அந்த கைமாவைச் சூடான ப்ளைன் பிரியாணியில் கலந்து, பத்து நிமிடங்களுக்குப் பிறகு பரிமாறவும்.
* சுவையான முட்டை கைமா பிரியாணி தயார்.

75. முட்டை ஃப்ரைட் ரைஸ் – I

தேவையான பொருள்கள்:

முட்டை - 6
பாஸ்மதி அரிசி - 1/2 கிலோ
பெரிய வெங்காயம் - 4
பச்சை மிளகாய் - 5
கேரட் - 1
சீஸ் - 1
கொத்தமல்லித்தழை - 1 கட்டு
மிளகாய்த் தூள் - 1 ஸ்பூன்
நெய் அல்லது டால்டா - 1/4 கப்
உப்பு - தேவையான அளவு

செய்முறை:

* பாஸ்மதி அரிசியைச் சுத்தம் செய்து இரண்டு மணி நேரம் ஊற வைக்கவும்.
* ஒரு தம்ளர் அரிசிக்கு 1 3/4 தம்ளர் தண்ணீர் வீதம் ஊற்றி, சாதத்தை வடித்துக் கொள்ளவும்.
* வெங்காயம், பச்சை மிளகாய், கொத்தமல்லியைப் பொடியாக நறுக்கிக்கொள்ளவும். வாணலியில் நெய்யை ஊற்றி, வெங்காயம், பச்சை மிளகாயைப் போடவும். வெங்காயம் பொன்னிறமாகும் வரை வதக்கவும். பின் முட்டைகளை உடைத்து வெங்காயத்தில் ஊற்றவும். சிறு சிறு துண்டுகள் ஆகும் வரை கிளறவும். இதில் நறுக்கிய கொத்தமல்லியில் பாதியைப் போடவும். பிறகு மிளகாய்த் தூள், உப்பு போட்டுச் சிறிது நேரம் வதக்கவும்.

- உதிர் உதிராக வடித்து வைத்துள்ள சாதத்தை இதில் போட்டு நன்றாகக் கிளற வேண்டும்.
- பிறகு அடுப்பிலிருந்து இறக்கி சீஸையும் கேரட்டையும் துருவிப் போட்டு, மீதமுள்ள கொத்தமல்லியால் அலங்கரிக்கவும்.
- சுவையான முட்டை ப்ரைட் ரைஸ் ரெடி.

76. முட்டை ஃப்ரைட் ரைஸ் – II

தேவையான பொருள்கள்:

பாஸ்மதி அரிசி - 2 கப்

முட்டை - 10

வெங்காயம் - 2

வெங்காயத் தாள் - ஒரு கட்டு

பீன்ஸ் - 10

கேரட் - 2

குடை மிளகாய் - 2

முட்டைகோஸ் - 100 கிராம்

மிளகுத் தூள் - 1/2 ஸ்பூன்

ப. மிளகாய் - 2

தக்காளி - 1

அஜினோமோட்டோ - 2 ஸ்பூன்

சோயா சாஸ் - 4 ஸ்பூன்

உப்பு - தேவையான அளவு

சமையல் எண்ணெய் - 100 கிராம்

செய்முறை:

- அரிசியை ஊற வைத்து ஒரு விசில் வரை குக்கரில் வைத்து எடுத்துக்கொள்ளவும்.
- காய்கறிகளை மெல்லியதாகவும், நீளமாகவும் நறுக்கிக்கொள்ளவும்.
- ப. மிளகாயை அரைத்து இரண்டு தேக்கரண்டி தண்ணீரில் கலக்கிக்கொள்ளவும்.
- தக்காளியை அரைத்து வடிகட்டிக்கொள்ளவும்.
- வாணலியில் எண்ணெய் விட்டு, வெங்காயத்தைப் போட்டு வதக்கவும். பின் நறுக்கிய காய்களை ஒவ்வொன்றாகப் போட்டு

வதக்கவும். மிளகாய்ச் சாறு, தக்காளி சாறு, அஜினோமோட்டோ, உப்பு சேர்த்து வதக்கவும். சோயா சாஸ் சேர்க்கவும்.
* இதற்குப் பின் முட்டைகளை உடைத்துப் பொடிமாஸ் செய்தது காய் கலவையில் சேர்க்கவும்.
* இதில் சாதத்தைச் சேர்த்துக் கிளறி, கொத்தமல்லி இலையைத் தூவிப் பரிமாறவும்.
* ருசியான முட்டை ப்ரைட் ரைஸ் ரெடி.

77. முட்டை புலாவ்

தேவையான பொருள்கள்:

பாஸ்மதி அரிசி - 2 கப்
முட்டை - 8
பெரிய வெங்காயம் - 2
பச்சை மிளகாய் - 2
இஞ்சி - 1 சிறு துண்டு
பூண்டு - 5 பற்கள்
கொத்தமல்லித்தழை - 1/2 கப்
நெய் - 1 ஸ்பூன்
சமையல் எண்ணெய் - 50 கிராம்
உப்பு - தேவையான அளவு

செய்முறை:

* பாஸ்மதி அரிசியை ஊற வைத்து சாதமாக உதிர் உதிராக வடித்துக்கொள்ளவும்.
* வெங்காயத்தைப் பொடியாக நறுக்கி வைக்கவும்.
* பச்சை மிளகாய், இஞ்சி, பூண்டு ஆகியவற்றைத் தனித்தனியாக அரைத்து வைக்கவும்.
* வாணலியில் நெய், எண்ணெய் ஊற்றிச் சூடானதும் பச்சை மிளகாய் விழுதைப் போட்டு வதக்கவும். அடுத்து இஞ்சி, பூண்டு விழுதைப் பச்சை வாசனை போகும் வரை வதக்கவும். பின் நறுக்கிய வெங்காயத்தைப் போட்டு, உப்பு சேர்த்து வதக்கவும்.
* வெங்காயம் நன்கு வதங்கியதும் முட்டைகளை உடைத்துக் கலவையில் கொட்டி நன்றாகக் கிளறி விடவும்.

* முட்டை பாதி வெந்ததும் மிதமான தீயில் வைத்து, சாதத்தைக் கொட்டிக் கிளறவும்.
* சாதமும் முட்டை கலவையும் நன்கு கலந்ததும் அப்படியே பத்து நிமிடங்கள் மூடி வைக்கவும்.
* கொத்தமல்லி இலையைத் தூவி சூடாகப் பரிமாறவும்.

78. முட்டை பட்டாணி புலாவ்

தேவையான பொருள்கள்:

பாஸ்மதி அரிசி - 1/2 கிலோ
முட்டை - 4
பனீர் - 1 கப்
பச்சைப் பட்டாணி - 1/2 கப்
பெரிய வெங்காயம் - 2
பச்சை மிளகாய் - 2
இஞ்சி, பூண்டு விழுது - 2 ஸ்பூன்
கொத்தமல்லி இலை - 1/2 கப்
நெய் - 50 கிராம்
எண்ணெய் - 100 கிராம்
உப்பு - தேவையான அளவு

செய்முறை:

* பாஸ்மதி அரிசியைச் சுத்தம் செய்து பத்து நிமிடங்கள் ஊற வைத்து, சாதமாக உதிர் உதிராக வடித்துக்கொள்ளவும்.
* வெங்காயத்தை நறுக்கி வைக்கவும். பச்சை மிளகாயை விழுதாக அரைத்துக்கொள்ளவும்.
* வாணலியில் எண்ணெய் + நெய் ஊற்றி நறுக்கிய வெங்காயத்தைச் சேர்த்து வதக்கவும். அதில் பச்சை மிளகாய் விழுது, இஞ்சி, பூண்டு விழுது சேர்த்து வதக்கவும்.
* பின் பட்டாணி, தேவையான உப்பு சேர்த்து அரை தம்ளர் தண்ணீர் விட்டு வேக விடவும்.
* பனீரை எண்ணெயில் பொறித்தெடுக்கவும்.
* பட்டாணி வெந்ததும் முட்டைகளை உடைத்து ஊற்றிக் கிளறவும்.
* முட்டை பாதி வெந்ததும் சாதத்தையும் பொறித்த பனீரையும் போட்டு சேர்த்துக் கிளறவும்.
* பத்து நிமிடங்களுக்குப் பிறகு பரிமாறவும்.

சூப்பர் ஸ்பெஷல் பிரியாணிகள்

79. காடை பிரியாணி

தேவையான பொருள்கள்:

- காடை - 2
- பாஸ்மதி அரிசி - 1/4 கிலோ
- பெரிய வெங்காயம் - 2
- தக்காளி - 2
- மிளகாய்த் தூள் - 3/4 தேக்கரண்டி
- மஞ்சள் தூள் - 1/2 தேக்கரண்டி
- கறி மசாலாத் தூள் - 1/2 தேக்கரண்டி
- பச்சை மிளகாய் - 1
- இஞ்சி - பூண்டு விழுது - 1 ஸ்பூன்
- புதினா - 1/2 கப்
- உப்பு - தேவையான அளவு
- எண்ணெய் - 100 கிராம்
- நெய் - 100 கிராம்

செய்முறை:

- ❖ பாஸ்மதி அரிசியைச் சுத்தம் செய்து உதிரியாக வடித்துக்கொள்ளவும்.
- ❖ காடையின் சதைப் பகுதியைச் சுத்தம் செய்து துண்டுகளாக நறுக்கி வைக்கவும்.
- ❖ வெங்காயம், பச்சை மிளகாய், தக்காளியை நறுக்கிக்கொள்ளவும்.
- ❖ வாணலியில் எண்ணெய் ஊற்றிக் காய்ந்ததும், வெங்காயம் போட்டுப் பொன்னிறமாகும் வரை வதக்கவும். பின்பு தக்காளி, பச்சை மிளகாய், இஞ்சி, பூண்டு விழுது சேர்த்து வதக்கி, எல்லாம் நன்கு வதங்கியதும் மிளகாய்த் தூள், மஞ்சள் தூள், கறி மசாலாத் தூள் சேர்த்துக் கிளறவும்.
- ❖ அதன் பின்பு காடைத் துண்டுகளைப் போட்டு தேவையான அளவு உப்பு, புதினா சேர்த்துக் கிளறவும். கூடவே அதில் 1/4 கப் தண்ணீர் விட்டு நன்கு கிளறி கறியை வேக விடவும்.
- ❖ காடைக் கறி நன்கு வெந்ததும், நாலாபுறமும் கிளறி விட்டு எண்ணெய் பிரியும் சமயம் இறக்கி வைக்கவும்.
- ❖ இதில் சூடான சாதம், நெய் சேர்த்துக் கிளறவும். புதினா இலையைத் தூவிப் பரிமாறவும்.

80. வாத்துக் கறி பிரியாணி

தேவையான பொருள்கள்:

பாஸ்மதி அரிசி - 1/2 கிலோ
வாத்துக் கறி - 1/2 கிலோ
பெரிய வெங்காயம் - 2
தக்காளி - 2
பச்சை மிளகாய் - 2
இஞ்சி- பூண்டு விழுது - 2 ஸ்பூன்
மிளகு - 1 ஸ்பூன்
சோம்பு - 1 ஸ்பூன்
மஞ்சள் தூள் - 1/2 ஸ்பூன்
மிளகாய்த் தூள் - 2 ஸ்பூன்
எண்ணெய் - 100 கிராம்
நெய் - 50 கிராம்
உப்பு - தேவையான அளவு
கொத்தமல்லித்தழை -1 கப்
பட்டை -2
கிராம்பு - 2
ஏலக்காய் - 2

செய்முறை:

❖ பாஸ்மதி அரிசியைச் சுத்தம் செய்து உதிரியாக வடித்துக்கொள்ளவும்.

❖ வாத்துக் கறியைச் சிறு துண்டுகளாக நறுக்கி மஞ்சள் தூள் சேர்த்து நன்கு கழுவிக் கொள்ளவும்.

❖ பின் குக்கரில் கறியைப் போட்டு 1 ஸ்பூன் இஞ்சி, பூண்டு விழுது சேர்த்து ஒரு தம்ளர் தண்ணீர் ஊற்றி 1/2 மணி நேரம் வேக விடவும்.

❖ வாணலியில் சிறிது எண்ணெய் ஊற்றி சோம்பு, மிளகு, வெங்காயம் போட்டு வதக்கி எடுத்து, ஆறிய பிறகு விழுதாக அரைத்து வைக்கவும்.

❖ பிறகு வேக வைத்த கறியுடன் அரைத்த மசாலா விழுதைப் போட்டு கூடவே மிளகாய்த் தூள், மஞ்சள் தூள், உப்பு, மீதமுள்ள இஞ்சி, பூண்டு விழுது சேர்த்துக் கலந்து பிசறி வைக்கவும்.

❖ அடுத்ததாக வாணலியில் எண்ணெய், நெய் ஊற்றிக் காய்ந்ததும், பட்டை, கிராம்பு, ஏலக்காய் தாளித்து பிசறி வைத்துள்ள கறியைப் போட்டு வதக்கவும்.

- நன்கு வதங்கி, கெட்டியானதும் அதில் சாதத்தைப் போட்டு கலக்கவும். கொத்தமல்லி இலையைச் சேர்த்துக் கிளறி மூடி வைக்கவும்.
- பத்து நிமிடங்கள் கழித்துப் பரிமாறவும்.

81. வான்கோழி பிரியாணி

தேவையான பொருள்கள்:

வான்கோழி (எலும்பில்லாத கறி) - 1/2 கிலோ
பாஸ்மதி அரிசி - 1/2 கிலோ
பெரிய வெங்காயம் - 2
தக்காளி - 3
பச்சை மிளகாய் - 4
இஞ்சி - பூண்டு விழுது - 4 ஸ்பூன்
தேங்காய் - 1 மூடி
மஞ்சள் தூள் - 1 ஸ்பூன்
மிளகாய்த் தூள் - 2 ஸ்பூன்
கரம்மசாலாத் தூள் - 1 ஸ்பூன்
எலுமிச்சம்பழம் - 1 மூடி
உப்பு - தேவையான அளவு
எண்ணெய் - 50 கிராம்
நெய் - 100 கிராம்
கொத்தமல்லித்தழை - ஒரு கைப்பிடி
புதினா - 1/2 கப்
முந்திரிப் பருப்பு - 15
பட்டை - 2
சோம்பு - 1 ஸ்பூன்
பிரிஞ்சி இலை - 2
ஏலக்காய் - 2
கிராம்பு - 2

செய்முறை:

- வான்கோழி கறித் துண்டுகளைச் சிறிது மஞ்சள் சேர்த்து சுத்தம் செய்யவும்.
- தேங்காயைத் துருவி 3 தம்ளர் பால் எடுத்துக்கொள்ளவும்.
- பாஸ்மதி அரிசியைச் சுத்தம் செய்து, 10 நிமிடம் ஊற வைக்கவும்.

- வாணலியில் கொஞ்சம் நெய் விட்டு, அரிசியை வறுத்து வைக்கவும்.
- தக்காளி, வெங்காயம், பச்சை மிளகாயை நறுக்கிக் கொள்ளவும்.
- குக்கரில் எண்ணெய், நெய் ஊற்றவும். பட்டை, சோம்பு, பிரிஞ்சி இலை, ஏலக்காய், கிராம்பு சேர்த்து தாளிக்கவும். பின் வெங்காயம், பச்சை மிளகாய், தக்காளி, கறிவேப்பிலை சேர்த்து நன்கு வதக்கவும். அதில் இஞ்சி - பூண்டு விழுது சேர்த்து வதக்கவும். பச்சை வாசனை போனதும் கறித் துண்டுகளைப் போடவும்.
- கறித் துண்டுகள் நன்கு வதங்கியதும், மீதியுள்ள மஞ்சள்தூள், மிளகாய்த்தூள், கொத்தமல்லி, புதினா சேர்த்து வதக்கவும். பின் தேவையான அளவு உப்பு சேர்த்து, தேங்காய்ப் பால் மூன்று தம்ளருடன் தண்ணீர் 2 தம்ளர் சேர்த்து ஊற்றவும். அதனுடன் கரம் மசாலாத்தூள், எலுமிச்சம்பழ ஜூஸ் சேர்த்து வேக விடவும்.
- குக்கரை வெய்ட் போடாமல் வேக விடவும்.
- கறி பாதிக்கு மேல் வந்தவுடன் அரிசியைப் போட்டு நன்கு கிளறி, வேக விடவும்.
- முந்திரிப் பருப்பை நன்கு பொன்னிறமாகப் பொறித்தெடுக்கவும்.
- பிரியாணி ரெடியானதும் ஒரு பாத்திரத்தில் எடுத்து வறுத்த முந்திரி தூவி அலங்கரிக்கவும்.
- கமகமக்கும் வான் கோழி பிரியாணியை சுடச் சுட பரிமாறவும்.

82. செட்டிநாட்டு மிக்ஸ்டு பிரைடு ரைஸ்

தேவையான பொருள்கள்:

பாஸ்மதி அரிசி - 1/2 கிலோ

கோழிக்கறி - 100 கிராம்

ஆட்டுக்கறி - 100 கிராம்

ஆட்டு ஈரல் - 100 கிராம்

இறால் - 100 கிராம்

வஞ்சிர மீன் - 2 துண்டு

முட்டை - 3

பெரிய வெங்காயம் - 2

குடமிளகாய் - 1

மிளகுத் தூள் - 2 ஸ்பூன்

எண்ணெய் - 100 கிராம்

உப்பு - தேவையான அளவு
மிளகாய்த் தூள் - 1 ஸ்பூன்
சில்லி சாஸ் - 2 ஸ்பூன்
சோயா சாஸ் - 1/2 ஸ்பூன்
அஜினோமோட்டோ - 1/2 ஸ்பூன்
வெங்காயத்தாள் - 1 கொத்து

செய்முறை:

- பாஸ்மதி அரிசியைச் சுத்தம் செய்து, பத்து நிமிடங்கள் ஊற வைக்கவும். பின் ஒரு பாத்திரத்தில் 5 தம்ளர் தண்ணீர் ஊற்றி, அரிசியைப் போட்டு சாதத்தை உதிர் உதிராக வடித்துக்கொள்ளவும்.
- பின் வெங்காயம், குடமிளகாயை நறுக்கவும்.
- ஆட்டுக்கறியையும் ஈரலையும் உப்பு, மிளகுத் தூள் சேர்த்து வேக வைத்துக் கொள்ளவும்.
- சிக்கனைத் தனியே உப்பு, மிளகுத்தூள் சேர்த்து வேக வைத்து இறக்கவும்.
- இறாலைச் சுத்தம் செய்து மிளகாய்த் தூள், உப்பு சேர்த்துப் பிசறி வைக்கவும்.
- ஐந்து நிமிடங்களுக்குப் பிறகு இறாலை எண்ணெயில் பொரித்து எடுக்கவும்.
- முட்டையை உப்பு, மிளகுத் தூள் சேர்த்து நன்கு அடித்துக்கொள்ளவும்.
- பின்பு அடையாக ஊற்றி, சிறு துண்டுகளாக வெட்டவும்.
- மீனைச் சுத்தம் செய்து உப்பு, மிளகாய்த் தூள் சேர்த்துப் பிசறி, அதைத் தனியே வறுத்து எடுத்து வைக்கவும். வெந்த மீனில் இருந்து முள்ளை நீக்கவும்.
- பிறகு ஒரு வாணலியில் எண்ணெய் ஊற்றி வெங்காயம், குடமிளகாய் போட்டு வதக்கவும். வெங்காயம் நன்கு வதங்கியதும் வேக வைத்த மட்டன், ஈரல், சிக்கன், இறால், மீன் ஆகியவற்றைப் போட்டு வதக்கவும். கூடவே சில்லி சாஸ், சோயா சாஸ், அஜினோமோட்டோ சேர்த்து சுருளக் கிளறவும். கடைசியாக சாதத்தைப் போட்டு, தேவையான உப்பு சேர்த்துக் கிளறவும். மேலும் சில நிமிடங்கள் சிறு தீயில் வைத்திருந்து இறக்கவும்.
- வெங்காயத் தாள் சேர்த்து, சூடாகப் பரிமாறவும்.

கிரேவி-குருமா-குழம்பு- தோக்கு வகைகள்

83. மட்டன் வெள்ளை குருமா

தேவையான பொருள்கள்:

மட்டன் (ஆட்டுக்கறி) - 1/2 கிலோ

பெரிய வெங்காயம் - 150 கிராம்

தக்காளி - 150 கிராம்

பச்சை மிளகாய் - 10

இஞ்சி - பூண்டு - 50 கிராம்

உருளைக்கிழங்கு - 2

எலுமிச்சை - 1

தயிர் - 1/2 கப்

தனியாத் தூள் - 3 ஸ்பூன்

மிளகு, சீரகம் - தலா 1 ஸ்பூன்

பட்டை - 2

ஏலக்காய் - 2

கிராம்பு - 2

தேங்காய் - 1

கசகசா - 1 ஸ்பூன்

முந்திரிப் பருப்பு - 5

புதினா - ஒரு கைப்பிடி

கொத்தமல்லித்தழை - ஒரு கைப்பிடி

செய்முறை:

- ஆட்டுக் கறியைச் சுத்தம் செய்து 4 விசில் வரை வேக வைத்து இறக்கவும்.
- மிளகு, சீரகம், பட்டை, ஏலம், கிராம்பு அனைத்தையும் ஒன்றாகச் சேர்த்து அரைக்கவும்.
- தேங்காய், கசகசா தனியே அரைத்து வைக்கவும்.
- வெங்காயத்தை பொடியாக நறுக்கவும். உருளைக் கிழங்கை நான்கு துண்டுகளாக நறுக்கவும். பச்சை மிளகாயை கீறி வைக்கவும்.
- பின் வாணலியில் எண்ணெய் ஊற்றிக் காய்ந்ததும் பட்டை, ஏலக்காய், கிராம்பு தாளித்து வெங்காயத்தைப் போட்டு வதக்கவும். வெங்காயம்

பொன்னிறமாக வதங்கியதும் இஞ்சி, பூண்டு விழுது போட்டு பச்சை வாசனை போக வதக்கி, கூடவே உருளைக்கிழங்கு துண்டுகள் போட்டு வதக்கவும். அடுத்து பச்சைமிளகாய், தனியாத்தூள் போட்டு வதக்கவும்.

❖ பின்பு வேக வைத்த ஆட்டுக்கறியை இதனுடன் சேர்த்து வதக்கி, தேவையான அளவு தண்ணீர் ஊற்றி, தேவையான உப்பும் சேர்த்து நன்கு கொதிக்க விடவும்.

❖ நன்றாகக் கொதித்து உருளைக்கிழங்கு வெந்த பிறகு அரைத்து வைத்துள்ள தேங்காய், கசகசா விழுதைச் சேர்க்கவும். மேலும் கொதிக்க விடவும்.

❖ தேங்காய், கசகசா பச்சை வாசனை போனதும் மல்லித்தழை தூவி இறக்கவும். எல்லா பிரியாணிக்கும் தோதான மட்டன் வெள்ளை குருமா ரெடி.

84. தோஞ்சல் சுக்கா கீரைக் குழம்பு

தேவையான பொருள்கள்:

ஆட்டுத் தோஞ்சல் - 1/2 கிலோ
சுக்கா கீரை - 1 கட்டு
பெரிய வெங்காயம் - 1
தக்காளி - 1
இஞ்சி - 1 சிறு துண்டு
பூண்டு - 5 பற்கள்
சோம்பு - 1 ஸ்பூன்
தேங்காய் - 2 பத்தை
மிளகாய்த் தூள் - 1 ஸ்பூன்
மஞ்சள் தூள் - 1 சிட்டிகை
உப்பு - தேவையான அளவு
எண்ணெய் - 100 கிராம்
பட்டை - சிறிதளவு
லவங்கம் - 2
கறிவேப்பிலை - 1 கொத்து
கொத்தமல்லித்தழை - ஒரு கைப்பிடி

செய்முறை:

❖ தோஞ்சலை நன்றாகச் சுத்தம் செய்துகொள்ளவும்.

- குக்கரில் தோஞ்சலைப் போட்டு, சிட்டிகை மஞ்சள் தூளைச் சேர்த்து 20 நிமிடங்கள் வேக வைத்து இறக்கி வைக்கவும். தோஞ்சல் ஆறிய பிறகு அதை சிறு சிறு துண்டுகளாக நறுக்கி வைத்துக்கொள்ளவும்.
- வெங்காயம், தக்காளியைப் பொடியாக நறுக்கி வைக்கவும்.
- இஞ்சி, பூண்டு, சோம்பு மூன்றையும் விழுதாக அரைத்து வைத்துக் கொள்ளவும். தேங்காயைத் தனியே விழுதாக அரைத்துக்கொள்ளவும்.
- பின் சுக்கா கீரையைச் சுத்தம் செய்து நீரில் நன்றாக அலசி எடுத்துக்கொள்ளவும்.
- குக்கரில் உள்ள தோஞ்சலுடன் சுத்தம் செய்த கீரையைப் போட்டு, கூடவே மிளகாய்த் தூள், மஞ்சள் தூள் போடவும். தேவையான அளவு உப்பு சேர்த்து ஐந்து நிமிடம் வேக வைத்து இறக்கவும்.
- பிறகு குக்கரில் உள்ள தோஞ்சலுடன் அரைத்த தேங்காய் விழுதைச் சேர்த்து அடுப்பில் வைத்து மேலும் ஒரு கொதி வந்தவுடன் இறக்கவும்.
- அடுத்து அடுப்பில் வாணலி வைத்து எண்ணெய் ஊற்றிக் காய்ந்ததும் பட்டை, லவங்கம், கறிவேப்பிலை போட்டுத் தாளித்து, குக்கரில் உள்ள தோஞ்சலுடன் கொட்டவும்.
- கொத்தமல்லி இலை தூவி மூடி வைக்கவும். சூப்பரான தோஞ்சல் சுக்கா கீரைக் குழம்பு தயார்.

85. மட்டன் கிரேவி

தேவையான பொருள்கள்:

மட்டன் (ஆட்டுக்கறி) - 1/2 கிலோ
சின்ன வெங்காயம் - 1 கப்
தக்காளி - 2
பச்சை மிளகாய் - 4
இஞ்சி பூண்டு விழுது - 2 ஸ்பூன்
மிளகாய்த் தூள் - 3 ஸ்பூன்
தனியாத் தூள் - 4 ஸ்பூன்
மிளகுத் தூள் - 1 ஸ்பூன்
மஞ்சள் தூள் - 1 ஸ்பூன்
கறி மசாலாத் தூள் - 1 ஸ்பூன்
எண்ணெய் - 200 கிராம்
சோம்பு - 1 ஸ்பூன்
கறிவேப்பிலை - 2 கொத்து

கொத்தமல்லி இலை - 1/2 கப்
புளித் தண்ணீர் - 2 ஸ்பூன்
உப்பு - தேவையான அளவு

செய்முறை:

❖ மட்டனைத் துண்டுகளாக்கிச் சுத்தம் செய்யவும்.

❖ பின் குக்கரில் மட்டனைப் போட்டு இரண்டு தம்ளர் தண்ணீர் ஊற்றி, அதில் மிளகாய்த் தூள், தனியாத் தூள், மஞ்சள் தூள், தக்காளி, இஞ்சி பூண்டு விழுது உப்பு சேர்த்து கறியை வேகவைக்கவும்.

❖ வெங்காயம், பச்சை மிளகாயை நறுக்கி வைக்கவும்.

❖ அடுத்து ஒரு வாணலியில் எண்ணெய் ஊற்றிக் காய்ந்ததும் சோம்பு தாளித்து, வெங்காயம், பச்சை மிளகாய், கறிவேப்பிலை போட்டுப் பொன்னிறமாக வதக்கவும். பின் மட்டன் கலவையை ஊற்றிக் கொதிக்க விடவும்.

❖ முதல் கொதி வந்ததும், மிளகுத் தூள், புளித் தண்ணீர் சேர்த்து மேலும் கொதிக்கவிடவும்.

❖ தண்ணீர் சுண்டி கிரேவியானதும், கொத்தமல்லி இலையைச் சேர்க்கவும்.

❖ சூடான பிரியாணியுடன் பரிமாறவும்.

86. ஆட்டுக் கறிக் குழம்பு – I

தேவையான பொருள்கள்:

ஆட்டுக்கறி - 1/2 கிலோ
சின்ன வெங்காயம் - 1 கப்
தக்காளி - 3
பச்சை மிளகாய் - 2
இஞ்சி - பூண்டு விழுது - 2 ஸ்பூன்
மிளகாய்த் தூள் - 4 ஸ்பூன்
தனியாத் தூள் - 2 ஸ்பூன்
மஞ்சள் தூள் - 1/2 ஸ்பூன்
சோம்பு - 1 ஸ்பூன்
பட்டை - 2
கிராம்பு - 2
ஏலக்காய் - 2

எண்ணெய் - 50 கிராம்
கொத்தமல்லித்தழை - ஒரு கைப்பிடி
கறிவேப்பிலை - சிறிது
உப்பு - தேவையான அளவு

செய்முறை:
- ஆட்டுக்கறியை துண்டுகளாக்கிச் சுத்தம் செய்து கொள்ளவும்.
- வெங்காயம், பச்சை மிளகாயை நறுக்கவும்.
- பின் குக்கரில் எண்ணெய் ஊற்றிக் காய்ந்ததும் சோம்பு, பட்டை, கிராம்பு, ஏலக்காய் தாளிக்கவும். வெங்காயம், பச்சை மிளகாய் சேர்த்து வதக்கவும். பின்பு தக்காளி, கறிவேப்பிலை சேர்த்து வதக்கவும். கடைசியாக ஆட்டுக்கறியைச் சேர்த்து வதக்கி 1/2 தம்ளர் தண்ணீர் ஊற்றி குக்கரை மூடி 5 விசில் வரை வேக வைக்கவும். இறக்கவும்.
- பின் நன்கு வேகவைத்த ஆட்டுக்கறியுடன் மஞ்சள் தூள், மிளகாய்த் தூள், தனியாத்தூள் சேர்த்து எண்ணெய் பிரியும் வரை வதக்கவும். பிறகு தேவையான உப்பு, தண்ணீர் சேர்த்து நன்றாக வேக விடவும்.
- குழம்பு கொதித்து பதம் வந்ததும் கொத்தமல்லி இலையைத் தூவி இறக்கிப் பரிமாறவும்.

87. ஆட்டுக் கறிக் குழம்பு – II

தேவையான பொருள்கள்:

மட்டன் (ஆட்டுக்கறி) - 1/2 கிலோ
சின்ன வெங்காயம் - 4
பச்சை மிளகாய் - 4
இஞ்சி - பூண்டு விழுது - 2 ஸ்பூன்
மிளகாய் வற்றல் - 15
தனியா - 1 கப்
சோம்பு - 1 ஸ்பூன்
சீரகம் - 1 ஸ்பூன்
கசகசா - 2 ஸ்பூன்
மஞ்சள் தூள் - 1/2 ஸ்பூன்
தேங்காய்த் துருவல் - 1 கப்
பட்டை - 2
கிராம்பு - 2

ஏலக்காய் - 2
பிரிஞ்சி இலை - 2
எண்ணெய் - 100 கிராம்
உப்பு - தேவையான அளவு

செய்முறை:

❖ மட்டனைத் துண்டுகளாக்கி, சுத்தம் செய்து வைக்கவும்.
❖ பின் ஒரு வாணலியில் எண்ணெய் விட்டு மிளகாய், தனியா, சோம்பு, சீரகம், கசகசா சேர்த்து வறுத்துக் கொண்டு, அதை விழுதாக அரைத்துக்கொள்ளவும்.
❖ தேங்காய்த் துருவலையும் தனியே அரைத்து வைக்கவும்.
❖ குக்கரில் மீதி எண்ணெயை விட்டு பட்டை, கிராம்பு, ஏலக்காய், பிரிஞ்சி இலை தாளிக்கவும். நறுக்கிய வெங்காயம், பச்சை மிளகாய் சேர்த்து வதக்கவும். வெங்காயம் நன்கு வதங்கியதும் அதனுடன் வேக வைத்த மட்டனைச் சேர்த்து நன்கு வதக்கி, மஞ்சள் தூள், அரைத்த மிளகாய் விழுது, இஞ்சி, பூண்டு விழுது, தேங்காய் விழுது, தேவையான உப்பு சேர்த்து நன்கு கிளறவும்.
❖ கிளறிய பிறகு இரண்டு தம்ளர் தண்ணீர் சேர்த்து நன்றாக கொதிக்க விடவும்.
❖ கொதித்து கெட்டியானதும் கொத்தமல்லி இலையைத் தூவிப் பரிமாறவும்.

88. குடல் குழம்பு

தேவையான பொருள்கள்:

ஆட்டுக் குடல் - 1
சின்ன வெங்காயம் - 1 கப்
தக்காளி - 2
இஞ்சி - பூண்டு விழுது - 2 ஸ்பூன்
மிளகாய்த் தூள் - 3 ஸ்பூன்
தனியாத் தூள் - 1 ஸ்பூன்
சோம்பு - 1/2 ஸ்பூன்
சீரகம் - 1/2 ஸ்பூன்
பட்டை - 2
மஞ்சள் தூள் - 1/2 ஸ்பூன்
புளிக் கரைசல் - 2 ஸ்பூன்

எண்ணெய் - 50 கிராம்
கறிவேப்பிலை - சிறிது
மல்லித்தழை - ஒரு கைப்பிடி
உப்பு - தேவையான அளவு

செய்முறை:

- ஆட்டின் குடலை நன்றாக உருவிச் சுத்தம் செய்து, குடலைச் சிறு சிறு துண்டுகளாக நறுக்கிக்கொள்ளவும்.
- வெங்காயம், தக்காளியை நறுக்கி வைக்கவும்.
- சோம்பு, சீரகத்தை மிளகாய்த் தூள், தனியாத் தூள், மஞ்சள் தூள் சேர்த்து அரைக்கவும்.
- பின் குக்கரில் எண்ணெய் ஊற்றிக் காய்ந்ததும், பட்டை தாளித்து, வெங்காயம், இஞ்சி, பூண்டு விழுது சேர்த்து வதக்கவும். பச்சை வாசனை போனதும் தக்காளி சேர்த்து வதக்கவும். தக்காளி கூழாக வதங்கியதும் குடலைப் போட்டு வதக்கி, கூடவே அரைத்து வைத்துள்ள சோம்பு, சீரக மசாலா, தேவையான அளவு உப்பு, கறிவேப்பிலை சேர்த்து வதக்கவும்.
- சில நிமிடம் வதக்கியதும் தேவையான தண்ணீர் ஊற்றி, குக்கரை மூடி பத்து விசில் வரும் வரை வேக விடவும்.
- பின்பு குக்கரைத் திறந்து புளித் தண்ணீர் சேர்த்து, மேலும் ஒரு கொதி வந்தபிறகு இறக்கவும்.
- மல்லித்தழை தூவிப் பரிமாறவும்.

89. தலைக்கறி குழம்பு

தேவையான பொருள்கள்:

தலைக் கறி - 1/2 கிலோ
சின்ன வெங்காயம் - 1 கப்
தக்காளி - 3
பச்சை மிளகாய் - 2
இஞ்சி - பூண்டு விழுது - 2 ஸ்பூன்
சோம்பு - 1/2 ஸ்பூன்
சீரகம் - 1/2 ஸ்பூன்
மிளகாய்த் தூள் - 2 ஸ்பூன்
தனியாத்தூள் - 1 ஸ்பூன்
பட்டை - 2

தேங்காய்த் துருவல் - 1/2 கப்

எண்ணெய் - 50 கிராம்

புளி கரைசல் - 2 ஸ்பூன்

உப்பு - தேவையான அளவு

கறிவேப்பிலை - சிறிது

மஞ்சள் தூள் - 1/2 ஸ்பூன்

செய்முறை:

- தலைக் கறியைச் சுத்தம் செய்யவும்.
- வெங்காயம், தக்காளியை நறுக்கி வைக்கவும்.
- சோம்பு, சீரகம், மிளகாய்த் தூள், தனியாத் தூள், தேங்காய்த் துருவல் அனைத்தையும் சேர்த்து விழுதாக அரைத்துக் கொள்ளவும்.
- பின் குக்கரில் எண்ணெய் ஊற்றி பட்டை தாளித்து, வெங்காயம், பச்சை மிளகாய் போட்டு வதக்கவும். வெங்காயம் நன்கு வதங்கியதும் அரைத்த மசாலா சேர்க்கவும். கூடவே மஞ்சள் தூள், இஞ்சி - பூண்டு விழுது, தக்காளி சேர்த்து வதக்கவும்.
- எல்லாம் நன்கு வதங்கியதும் தலைக் கறியைப் போட்டுக் கிளறி, கூடவே தேவையான அளவு உப்பு சேர்த்துக் கலந்து குழம்புக்ணத் தேவையான தண்ணீர் ஊற்றி மூன்று விசில் வரும் வரை வேக விடவும்.
- பின்பு குக்கரைத் திறந்து வெந்த குழம்பில் புளி கரைசல் சேர்த்து மேலும் கொதிக்கவிடவும். புளி பச்சை வாசனை போனதும் மல்லித்தழை தூவி இறக்கவும். சூடாகப் பரிமாறவும்.

90. கொத்துக்கறி காலி ஃப்ளவர் கிரேவி

தேவையான பொருள்கள்

கொத்துக்கறி - 250 கிராம்

காலி ஃப்ளவர் - 1

பெரிய வெங்காயம் - 1

தக்காளி - 4

பச்சை மிளகாய் - 2

இஞ்சி - 1 துண்டு

பூண்டு - 8 பல்

கறி மசாலாத் தூள் - 1 ஸ்பூன்

மஞ்சள் தூள் - 1/2 ஸ்பூன்

மிளகாய் தூள் - 2 ஸ்பூன்

தேங்காய் பால் - 1 கப்

வறுத்த வேர்க்கடலை - 25 கிராம்

முந்திரி - 25 கிராம்

கசகசா - 1 ஸ்பூன்

உப்பு - தேவையான அளவு

எண்ணெய் - 50 கிராம்

நெய் - 4 ஸ்பூன்

மல்லி இலை - 1/2 கப்

செய்முறை:

- முதலில் காலி ஃப்ளவரைச் சுத்தம் செய்து பூக்களாக உதிர்த்துக் கொள்ளவும்.
- பின் வெங்காயம், பச்சை மிளகாய், இஞ்சி, பூண்டு இவைகளை ஒன்றாகச் சேர்த்து விழுதாக அரைத்துக் கொள்ளவும்.
- அடுத்து முந்திரி, வேர்க்கடலை, கசகசா மூன்றையும் சேர்த்து விழுதாக அரைத்து வைக்கவும்.
- அடுத்ததாக அடுப்பில் வாணலி வைத்து நெய் விட்டுக் காய்ந்ததும், வெங்காய விழுதில் பாதியைச் சேர்த்து வதக்கவும். கூடவே கறி மசாலாத் தூள், மஞ்சள் தூள் போட்டு வதக்கி, கொத்துக்கறியையும் கொட்டி வதக்கவும். தேவையான அளவு உப்பு சேர்த்துக் கிளறவும்.
- பிறகு கறி வேகும் அளவுக்கு தண்ணீர் விட்டு ஒரு மூடி போட்டு மூடி வேக விடவும்.
- கறி வெந்ததும் அதில் முந்திரி விழுதைச் சேர்த்து கிளறி மேலும் ஒரு கொதி கொதிக்க விட்டு இறக்கி வைக்கவும்.
- மீண்டும் வாணலியில் எண்ணெய் ஊற்றி, மீதியுள்ள வெங்காய விழுதைச் சேர்த்து வதக்கி, தக்காளி, மிளகாய்த் தூள், உப்பு சேர்த்துக் கிளறவும். கூடவே காலி ஃப்ளவரைச் சேர்த்து சிறிது தண்ணீர் விட்டு வேக விடவும்.
- காலி ஃப்ளவர் வெந்தவுடன் கொத்துக் கறி கலவையை அதில் சேர்த்து கூடவே தேங்காய்ப் பாலையும் ஊற்றி எல்லாமாகச் சேர்ந்து ஒரு கொதி வந்தவுடன் மல்லி இலை தூவிப் பரிமாறவும்.
- சுவையான கொத்துக்கறி காலிஃப்ளவர் கிரேவி ரெடி.

91. மட்டன் கிரேவி

தேவையான பொருள்கள்

மட்டன் (ஆட்டுக்கறி) - 500 கிராம்
தேங்காய் - 1
பெரிய வெங்காயம் - 4
இஞ்சி - 2 அங்குலத் துண்டு
பூண்டு - 8 பல்
புளி - 1 எலுமிச்சம்பழ அளவு
மஞ்சள் தூள் - 1 ஸ்பூன்
மிளகாய் வற்றல் - 4
தேங்காய் துருவல் - 2 ஸ்பூன்
கறி மசாலாத் தூள் - 1 ஸ்பூன்
சீரகம் - 1 ஸ்பூன்
தனியா - 1 ஸ்பூன்
கசகசா - 1 ஸ்பூன்
உப்பு - தேவையான அளவு
எண்ணெய் - 50 கிராம்
மல்லி இலை - 1/2 கப்

செய்முறை:

- *மட்டனைச் சிறு துண்டுகளாக நறுக்கிக் கழுவி வைக்கவும்.*
- *புளியை ஊற வைத்து கெட்டியாகக் கரைத்து வைக்கவும்.*
- *தேங்காயைத் துருவி 2 ஸ்பூன் துருவலை எடுத்து வைத்து விட்டு மீதியை கெட்டிப் பாலாக, 1 கப் பாலும் 2 தடவை அரைத்து, 3 கப் பாலும் எடுக்கவும்.*
- *எடுத்து வைத்துள்ள 2 ஸ்பூன் தேங்காய் துருவலுடன் மிளகாய் வற்றல், சீரகம், தனியா, கசகசாவைச் சேர்த்து விழுதாக அரைக்கவும்.*
- *பின் இஞ்சி பூண்டை விழுதாக அரைத்து அந்த விழுதை மட்டனுடன் சேர்க்கவும். கூடவே மஞ்சள் தூள், சிறிதளவு உப்பு சேர்த்துக் கலந்து மட்டனை ஒரு மணி நேரம் ஊற விடவும்.*
- *ஒரு மணி நேரத்துக்குப் பிறகு வாணலியில் எண்ணெய் விட்டு பொடியாக நறுக்கிய வெங்காயத்தை சேர்த்து வதக்கவும். வெங்காயம் நன்கு வதங்கியதும் தேங்காய், மிளகாய், சீரக, விழுது சேர்த்து வதக்கவும். எண்ணெய் பிரியும் வரை வதக்கி, கடைசியாக ஊற வைத்த மட்டன் கலவையைச் சேர்த்து வதக்கவும்.*

- மட்டனுடன் 3 கப் தேங்காய்ப் பால் சேர்த்து, கூடவே கறி மசாலா தூள் சேர்த்து வேக விடவும்.
- மட்டன் நன்கு வெந்தவுடன் புளிக் கரைச ஊற்றி, அதனுடன் கெட்டியான தேங்காய்ப் பாலையும் சேர்த்து, மேலும் கொதிக்க விடவும்.
- கிரேவி கெட்டியானதும் மல்லி இலை தூவிப் பரிமாறவும்.

92. ஆட்டுக்கால் பாயா

தேவையான பொருள்கள்:

ஆட்டுக் கால் - 4

பெரிய வெங்காயம் - 2

தக்காளி - 3

பச்சை மிளகாய் - 6

இஞ்சி - பூண்டு விழுது - 2 ஸ்பூன்

பட்டை - 2

கிராம்பு - 2

பிரிஞ்சி இலை - 2

தேங்காய்த் துருவல் - 1 கப்

பொட்டுக் கடலை - 2 ஸ்பூன்

எலுமிச்சை - 1

எண்ணெய் - 4 ஸ்பூன்

உப்பு - தேவையான அளவு

கொத்தமல்லித்தழை - ஒரு கைப்பிடி

செய்முறை:

- ஆட்டுக் காலை நெருப்பில் சுட்டு, மேல் தோலை நீக்கி, சுத்தம் செய்து, துண்டுகளாக்கவும்.
- வெங்காயம், தக்காளி, பச்சை மிளகாயை நறுக்கி வைக்கவும்.
- தேங்காய், பொட்டுக் கடலையை சேர்த்து விழுதாக அரைக்கவும்.
- பின் குக்கரில் எண்ணெயை ஊற்றி பட்டை, கிராம்பு, ஏலக்காய் தாளிக்கவும். வெங்காயம், பச்சை மிளகாய், தக்காளி, இஞ்சி, பூண்டு விழுது சேர்த்து வதக்கவும். எல்லாம் நன்கு வதங்கியதும் ஆட்டுக் கால், தேவையான அளவு உப்பு, நான்கு தம்ளர் தண்ணீர் ஊற்றி பத்து விசில் வரும் வரை வேக விடவும்.

- ❖ ஆட்டுக்கால் வெந்த பின்னர் அரைத்து வைத்துள்ள தேங்காய் விழுது சேர்த்து, மேலும் 5 நிமிடங்கள் கொதிக்க விட்டு இறக்கவும்.
- ❖ எலுமிச்சம்பழச் சாறு சேர்த்து, கொத்தமல்லி இலை தூவிப் பரிமாறவும்.

93. ஆட்டுக்கறி தொக்கு

தேவையான பொருள்கள்:

ஆட்டுக் கறி - 1/4 கிலோ

மிளகு - 1/2 ஸ்பூன்

சோம்பு - 1/2 ஸ்பூன்

சீரகம் - 1/2 ஸ்பூன்

பட்டை - 1

கிராம்பு - 2

காய்ந்த மிளகாய் - 5

மஞ்சள் தூள் - 1 சிட்டிகை

பூண்டு - 5 பற்கள்

இஞ்சி - 1 துண்டு

உப்பு - தேவையான அளவு

எண்ணெய் - 150 கிராம்

கறிவேப்பிலை - 2 கொத்து

கொத்தமல்லித்தழை - ஒரு கைப்பிடி

செய்முறை:

- ❖ ஆட்டுக் கறியைச் சின்னச் சின்னத் துண்டுகளாக நறுக்கி, சுத்தம் செய்து குக்கரில் கறியைப் போட்டு வேக வைத்து இறக்கிக் கொள்ளவும்.
- ❖ பின் வாணலியில் ஒரு ஸ்பூன் எண்ணெய் ஊற்றிக் காய்ந்ததும் காய்ந்த மிளகாய், மிளகு, சோம்பு, சீரகம் அனைத்தையும் ஒவ்வொன்றாகப் போட்டு லேசாக வறுத்து எடுக்கவும்.
- ❖ வறுத்து எடுத்த பொருள்களுடன் இஞ்சி, பூண்டையும் சேர்த்து விழுதாக அரைத்துக்கொள்ளவும்.
- ❖ குக்கரைத் திறந்து வேக வைத்திருக்கும் கறித் துண்டுகளுடன் இந்தக் கலவையைச் சேர்த்துக் கூடவே மஞ்சள் தூள், தேவையான உப்பு சேர்த்துப் பிசறி வைக்கவும்.

- பிறகு அடுப்பில் வாணலி வைத்து எண்ணெய் ஊற்றவும். பட்டை, லவங்கம் தாளிக்கவும். கறிக் கலவையைப் போட்டு வதக்கி, சிறிதளவு தண்ணீர் சேர்த்துக் கிளறி, பத்து நிமிடம் வேக வைத்து இறக்கவும். கறிவேப்பிலை, கொத்தமல்லியைத் தூவவும்.
- சுவையான ஆட்டுக் கறி தொக்கு ரெடி.

94. ஆட்டு மூளை மசாலா

தேவையான பொருள்கள்

ஆட்டு மூளை - 2
பெரிய வெங்காயம் - 2
பச்சை மிளகாய் - 6
இஞ்சி - 1 அங்குலத் துண்டு
பூண்டு - 6 பல்
எண்ணெய் - 4 ஸ்பூன்
கரம் மசாலா தூள் - 1 ஸ்பூன்
மிளகாய் தூள் - 1/2 ஸ்பூன்
மஞ்சள் தூள் - 1/2 ஸ்பூன்
கெட்டியான தேங்காய் பால் - 1 கப்
உப்பு - தேவையான அளவு
கொத்தமல்லி - சிறிதளவு

செய்முறை:

- ஆட்டு மூளையை முழுதாக வேக வைத்து சிறு துண்டுகளாக்கவும்.
- வெங்காயத்தை நறுக்கி வைக்கவும்.
- இஞ்சி, பூண்டு, பச்சை மிளகாய் மூன்றையும் சேர்த்து விழுதாக அரைத்துக் கொள்ளவும்.
- பின் வாணலியில் எண்ணெய் ஊற்றிக் காய்ந்ததும் பொடியாக நறுக்கிய வெங்காயம் சேர்த்து நன்கு வதக்கவும்.
- வெங்காயம் வதங்கியதும் அரைத்த விழுது, மிளகாய் தூள், மஞ்சள் தூள், கரம் மசாலா தூள், உப்பு சேர்த்து வதக்கி, மூளை துண்டுகளை சேர்த்து வதக்கவும்.
- எல்லாம் சேர்ந்து நன்கு வதங்கியதும் தேங்காய்ப் பால் சேர்த்து மிதமான தீயில் வேக விடவும். கிரேவி கெட்டியானதும் மல்லி இலை தூவிப் பரிமாறவும்.

95. செட்டிநாட்டு கோழிக் குழம்பு

தேவையான பொருள்கள்:

கோழி - 1/2 கிலோ
சின்ன வெங்காயம் - 1 கப்
தக்காளி - 2
இஞ்சி - 2 அங்குலத் துண்டு
பூண்டு - 6 பற்கள்
பட்டை - 2
சீரகம் - 1/2 ஸ்பூன்
மிளகு - 1/2 ஸ்பூன்
மிளகாய்த் தூள் - 2 ஸ்பூன்
தனியாத் தூள் - 2 ஸ்பூன்
மஞ்சள் தூள் - 1/2 ஸ்பூன்
உப்பு - தேவையான அளவு
முந்திரி - 6
எண்ணெய் - 100 கிராம்

செய்முறை:

❖ கோழியைச் சிறு துண்டுகளாக நறுக்கி, சுத்தம் செய்யவும்.
❖ வெங்காயம், தக்காளியை நறுக்கவும்.
❖ இஞ்சி பூண்டு, பட்டை, சோம்பு, சீரகம், மிளகு, முந்திரி, மிளகாய்த் தூள், தனியாத்தூள், மஞ்சள் தூள் அனைத்தையும் சேர்த்து அரைக்கவும்.
❖ பின் ஒரு வாணலியில் எண்ணெய் ஊற்றி வெங்காயம், தக்காளி சேர்த்து வதக்கவும். இரண்டும் நன்கு வதங்கியதும் அதில் அரைத்த விழுதைச் சேர்த்து வதக்கவும். பின் கோழிக் கறியைச் சேர்த்து வதக்கவும். அடுத்து தேவையான அளவு உப்பு, தேவையான தண்ணீர் சேர்த்து வேக விடவும்.
❖ கோழிக்கறி வெந்து கெட்டியானதும் கொத்தமல்லி இலையைத் தூவிப் பரிமாறவும்.

96. நெத்திலி மீன் குருமா

தேவையான பொருள்கள்:

நெத்திலி மீன் - 1/4 கிலோ
பெரிய வெங்காயம் - 2

தக்காளி - 2
மாங்காய் - பாதியளவு
பச்சை மிளகாய் - 15
இஞ்சி - பூண்டு விழுது - 2 ஸ்பூன்
மஞ்சள் தூள் - 1/2 ஸ்பூன்
சோம்பு - 1 ஸ்பூன்
தேங்காய்த் துருவல் - 1 கப்
பொட்டுக் கடலை - 2 ஸ்பூன்
கொத்தமல்லி இலை - 1/2 கப்
எண்ணெய் - 100 கிராம்
உப்பு - தேவையான அளவு

செய்முறை:

❖ மீனைச் சுத்தம் செய்யவும்.
❖ வெங்காயம், தக்காளி, மாங்காயை நறுக்கி வைக்கவும்.
❖ தேங்காய், சோம்பு, பொட்டுக் கடலையை அரைத்துக் கொள்ளவும்.
❖ வாணலியில் எண்ணெய் ஊற்றி, நறுக்கிய வெங்காயம், பச்சை மிளகாய், இஞ்சி, பூண்டு விழுது சேர்த்து வதக்கவும். அடுத்து தக்காளி சேர்த்து வதக்கவும். தக்காளி வதங்கியதும் மஞ்சள் தூள், அரைத்த தேங்காய் விழுது, உப்பு, தண்ணீர் சேர்த்து கொதிக்க விடவும்.
❖ குழம்பு கொதித்தவுடன் மீனையும் நறுக்கிய மாங்காயையும் போட்டு வெந்தவுடன் இறக்கி கொத்தமல்லி இலையைத் தூவிப் பரிமாறவும்.

97. இறால் காய்கறி குருமா

தேவையான பொருள்கள்:

இறால் - 1/4 கிலோ
பெரிய வெங்காயம் - 1
தக்காளி - 6
பச்சை மிளகாய் - 2
கேரட் - 100 கிராம்
பீன்ஸ் - 100 கிராம்
காலிஃபிளவர் - 1 கப்
குடமிளகாய் - சிறியது 1
இஞ்சி - பூண்டு விழுது - 1 ஸ்பூன்

கரம் மசாலாத்தூள் - 1 ஸ்பூன்
மிளகாய்த் தூள் - 2 ஸ்பூன்
தனியாத் தூள் - 1 ஸ்பூன்
மஞ்சள் தூள் - 1/2 ஸ்பூன்
தேங்காய்த் துருவல் - 1 கப்
முந்திரி - 5
எண்ணெய் - 50 கிராம்
கறிவேப்பிலை - 1 கொத்து
கொத்தமல்லித்தழை - ஒரு கைப்பிடி
உப்பு - தேவையான அளவு

செய்முறை:

❖ இறாலைச் சுத்தம் செய்யவும்.
❖ வெங்காயம், பச்சை மிளகாயை நறுக்கவும். தேங்காய்த் துருவல், முந்திரி சேர்த்து அரைக்கவும்.
❖ காய்கறிகளைச் சிறிய துண்டுகளாக நறுக்கவும்.
❖ வாணலியில் எண்ணெய் ஊற்றி, வெங்காயம், பச்சை மிளகாய், கறிவேப்பிலை சேர்த்து வதக்கவும்.
❖ காய்கறிகளைச் சேர்க்கவும். இஞ்சி - பூண்டு விழுது சேர்த்து வதக்கவும்.
❖ இறால், மசாலாத்தூள், உப்பு, மிளகாய்த் தூள், தனியாத் தூள், மஞ்சள் தூள் சேர்த்து வதக்கவும்.
❖ தேவையான தண்ணீர் சேர்த்து வேக விடவும். இறாலும் காய்கறிகளும் வெந்தவுடன், தேங்காய் விழுது சேர்த்து நன்கு கொதிக்க விடவும்.

98. நண்டு குருமா

தேவையான பொருள்கள்:

நண்டு - 6
பெரிய வெங்காயம் - 2
தக்காளி - 4
பச்சை மிளகாய் - 2
இஞ்சி - 2 அங்குலத் துண்டு
பூண்டு - 10 பற்கள்
தேங்காய்த் துருவல் - 1 கப்
சோம்பு - 1 ஸ்பூன்

மிளகு - 1 ஸ்பூன்
மிளகாய்த் தூள் - 2 ஸ்பூன்
தனியாத் தூள் - 2 ஸ்பூன்
மஞ்சள் தூள் - 1/2 ஸ்பூன்
முந்திரி பருப்பு - 5
எண்ணெய் - 50 கிராம்
கறிவேப்பிலை - 1/4 கப்
கொத்தமல்லித்தழை - ஒரு கைப்பிடி

செய்முறை:

❖ நண்டின் ஓட்டை உடைத்து சதைப் பகுதியை எடுத்து, சுத்தம் செய்யவும்.

❖ தேங்காய்த் துருவல், இஞ்சி, பூண்டு, மிளகு, சோம்பு, முந்திரி, பச்சை மிளகாய் எல்லாவற்றையும் ஒன்றாகச் சேர்த்து விழுதாக அரைத்துக் கொள்ளவும்.

❖ வெங்காயம், தக்காளியை பொடியாக நறுக்கி வைக்கவும்.

❖ அடுத்து வாணலியில் எண்ணெய் ஊற்றிக் காய்ந்ததும் வெங்காயம், கறிவேப்பிலை சேர்த்து வதக்கவும். வெங்காயம் நன்கு வதங்கியதும் தக்காளியைப் போட்டு வதக்கவும். தக்காளி கூழாக வதங்கியதும், அரைத்த தேங்காய் விழுது சேர்த்து வதக்கவும். கூடவே நண்டையும் போட்டு வதக்கி, மிளகாய்த் தூள், தனியாத் தூள், மஞ்சள் தூள், தேவையான அளவு உப்பு சேர்த்து வதக்கவும். நண்டு மூழ்கும் அளவு தண்ணீர் சேர்த்து நண்டை வேக விடவும்.

❖ நண்டு வெந்து குருமா ரெடியானதும், கொத்தமல்லி இலையைத் தூவி இறக்கவும். சூடாகப் பரிமாறவும்.

99. நண்டு மசாலா

தேவையான பொருள்கள்:

நண்டு - 6
தயிர் - 1 கப்
சோம்பு - 1 ஸ்பூன்
தேங்காய்த் துருவல் - 1 கப்
எலுமிச்சைச் சாறு - 2 ஸ்பூன்
உப்பு - தேவையான அளவு
கறிவேப்பிலை - 1 கொத்து

அரைக்க

    பெரிய வெங்காயம் - 3
    முழுப் பூண்டு - 1
    இஞ்சி - 2 அங்குலத் துண்டு
    பச்சை மிளகாய் - 8
    சீரகம் - 1 ஸ்பூன்
    மிளகு - 1 ஸ்பூன்
    கொத்தமல்லி இலை - 1 கப்
    எண்ணெய் - 50 கிராம்

செய்முறை:

- நண்டு ஓட்டை எடுத்துச் சுத்தம் செய்து, சதைப் பகுதியை மட்டும் தயிரில் ஊற வைக்கவும்.
- அரைக்க கொடுத்துள்ளதை விழுதாக அரைத்து வைக்கவும்.
- தேங்காய்த் துருவலை அரைத்துப் பால் எடுக்கவும்.
- பின் வாணலியில் எண்ணெய் ஊற்றி, சோம்பு, கறிவேப்பிலை தாளித்து அரைத்த மசாலாவைப் போட்டு நன்கு வதக்கவும். பச்சை வாசனை போனதும் அதில் தயிரில் ஊறிய நண்டு, உப்பு சேர்த்து தேவையான தண்ணீர் ஊற்றி வேக விடவும்.
- நண்டு வெந்தவுடன் தேங்காய்ப் பால், எலுமிச்சைச் சாறு சேர்த்து மேலும் ஒரு கொதி வந்தவுடன் கொத்தமல்லி இலையைத் தூவி இறக்கவும்.

100. இறால் கிரேவி

தேவையான பொருள்கள்

    இறால் - 1/2 கிலோ
    பெரிய வெங்காயம் - 2
    சின்ன வெங்காயம் - 4
    தேங்காய் - 1 மூடி
    மிளகாய் வற்றல் - 6
    தனியா - 1 ஸ்பூன்
    புளி கரைசல் - 1/2 கப்
    மஞ்சள் தூள் - 1 ஸ்பூன்
    சீரகத் தூள் - 1 ஸ்பூன்

சாம்பார் மிளகாய்த் தூள் - 2 ஸ்பூன்

உப்பு - தேவையான அளவு

எண்ணெய் - 50 கிராம்

கொத்தமல்லித்தழை - 1/4 கப்

செய்முறை:

❖ இறாலைத் தோல் உரித்துக் கழுவிச் சுத்தம் செய்து மஞ்சள் தூள், உப்பு கலந்து ஊற வைக்கவும்.

❖ தேங்காய், சின்ன வெங்காயம், தனியா, மிளகாய் வற்றல் அனைத்தையும் சேர்த்து விழுதாக அரைத்துக் கொள்ளவும்.

❖ வாணலியில் எண்ணெய் விட்டு காய்ந்ததும் நறுக்கிய பெரிய வெங்காயத்தைப் போட்டு பொன்னிறமாக வதக்கவும். பின் இறால் கலவையைச் சேர்த்து வதக்கவும்.

❖ நன்கு வதங்கியதும் புளித் தண்ணீருடன் கொஞ்சம் தண்ணீர் சேர்த்து வேகவிடவும். கூடவே அரைத்த விழுது சேர்த்து, சீரகத் தூளையும் சேர்த்து பச்சை வாசனை போக வெந்ததும் மல்லித்தழை தூவிப் பரிமாறவும்.

101. முட்டைக் குழம்பு

தேவையான பொருள்கள்:

முட்டை - 5

பெரிய வெங்காயம் - 2

தக்காளி - 5

பச்சை மிளகாய் - 2

பூண்டு - 6 பற்கள்

மிளகாய்த்தூள் - 1 1/2 ஸ்பூன்

மஞ்சள் தூள் - 1/2 ஸ்பூன்

கறி மசாலாத் தூள்- 1 ஸ்பூன்

புளி - எலுமிச்சை அளவு

எண்ணெய் - 100 கிராம்

உப்பு - தேவையான அளவு

கறிவேப்பிலை - 1 கொத்து

கொத்தமல்லித்தழை - ஒரு கைப்பிடி

தேங்காய்த் துருவல் - 1/2 கப்

சோம்பு - 1 ஸ்பூன்

செய்முறை:

- வெங்காயம், தக்காளி, பச்சை மிளகாயை நறுக்கவும்.
- தேங்காய், சோம்பு சேர்த்து விழுதாக அரைத்துக் கொள்ளவும்.
- பூண்டை நசுக்கி வைக்கவும்.
- பின் வாணலியில் எண்ணெய் விட்டுக் காய்ந்ததும் வெங்காயம், பச்சை மிளகாய் சேர்த்து வதக்கவும். வெங்காயம் நன்கு வதங்கியதும் நசுக்கிய பூண்டு, தக்காளி, கறிவேப்பிலை சேர்த்து வதக்கவும்.
- எல்லாம் வதங்கியதும் மிளகாய்த் தூள், மஞ்சள் தூள், கரம் கறி மசாலாத் தூள் சேர்த்து வதக்கவும். புளியை இரண்டு தம்ளர் தண்ணீரில் கரைத்து மசாலாவில் ஊற்றவும். கூடவே தேங்காய் விழுதுசேர்த்து, தேவையான அளவு உப்பு போட்டுக் கொதிக்க விடவும்.
- முட்டைகளை ஒவ்வொன்றாக உடைத்து கொதிக்கும் குழம்பில் ஊற்றி வேக விடவும். முட்டை வெந்ததும் கொத்தமல்லி தூவி இறக்கவும்.
- ருசியான முட்டைக் குழம்பு ரெடி.

102. முட்டை குருமா

தேவையான பொருள்கள்:

முட்டை - 4
பெரிய வெங்காயம் - 2
முழுப் பூண்டு - 1
தேங்காய் - 1 மூடி
பச்சை மிளகாய் - 10
இஞ்சி - 1 அங்குலத் துண்டு
கசகசா - 1 ஸ்பூன்
சோம்பு - 1 ஸ்பூன்
முந்திரி பருப்பு - 10
பட்டை - 1
கிராம்பு - 3
தக்காளி - 2
கொத்தமல்லித்தழை - ஒரு கைப்பிடி
கறிவேப்பிலை - 1 கொத்து
எண்ணெய் - 100 கிராம்
உப்பு - தேவையான அளவு

செய்முறை:
* முட்டையை வேக வைத்து தோலை உரித்துக்கொள்ளவும்.
* பூண்டு, வெங்காயம், தக்காளியை நறுக்கவும்.
* தேங்காயைத் துருவி இஞ்சி, பச்சை மிளகாய், சோம்பு, முந்திரி, கசகசா சேர்த்து எண்ணெயில் வதக்கவும். வதக்கியவற்றை அரைக்கவும்.
* பின் அடுப்பில் வாணலி வைத்து எண்ணெய் ஊற்றி பட்டை, கிராம்பு, கறிவேப்பிலை தாளித்து வெங்காயம், பூண்டு, தக்காளி சேர்த்து வதக்கவும். எல்லாம் வதங்கியதும் அரைத்த விழுதைப் போட்டு வதக்கவும். பச்சை வாசனை போக வதக்கியதும், தேவையான தண்ணீர், உப்பு சேர்த்துக் கொதிக்க விடவும்.
* குருமா கொதித்து வந்ததும் வேக வைத்த முட்டைகளை நடுவில் கீறி, குருமாவில் போடவும்.
* மேலும் சிறிது நேரம் கொதித்தவுடன் கொத்தமல்லி இலையைச் சேர்த்து இறக்கவும்.
* இந்த குருமா முட்டை பிரியாணிக்கு ஏற்றது.

பச்சடி வகைகள்

103. தயிர் பச்சடி

தேவையான பொருள்கள்:

வெங்காயம், வெள்ளரிக்காய், வெள்ளைப் பூசணி, முள்ளங்கி, கேரட், வாழைத்தண்டு, பீர்க்கை, புடலை என்று ஏதாவது ஒரு காய் - 1 கப்

கெட்டித் தயிர் - 1 கப்

உப்பு - தேவையான அளவு

கொத்தமல்லித்தழை - 1 கைப்பிடி

செய்முறை:
* காயை மெல்லியதாக பொடியாக நறுக்கவும்.
* நறுக்கிய காயை தயிரில் கொட்டி, தேவையான உப்பு சேர்க்கவும்.
* கொத்தமல்லி இலை தூவி, பரிமாறவும்.
* கூடுதல் சுவைக்குக் கடுகு தாளித்து, பெருங்காயத்தூள், கறிவேப்பிலை சேர்த்து பச்சடிக் கலவையில் கொட்டலாம்.

104. கேரட் தயிர்ப் பச்சடி

தேவையான பொருள்கள்:

கேரட் - 2
பெரிய வெங்காயம் - 1
பச்சை மிளகாய் - 1
தேங்காய்த் துருவல் - 2 ஸ்பூன்
கெட்டித் தயிர் - 2 கப்
உப்பு - தேவையான அளவு

செய்முறை:

❖ கேரட்டைக் கழுவி தோல் சீவி துருவிக்கொள்ளவும்.
❖ வெங்காயம், பச்சை மிளகாயைப் பொடியாக நறுக்கி தண்ணீரில் அலசவும்.
❖ தயிரில் உப்பு, தேங்காய்த் துருவல், கேரட் துருவல், வெங்காயம், பச்சை மிளகாய் சேர்த்துக் கலந்து உபயோகிக்கவும்.
❖ விருப்பப்பட்டால் சிறிது கொத்தமல்லி இலையைச் சேர்க்கலாம்.

105. வெள்ளரிக்காய் தயிர்ப் பச்சடி

தேவையான பொருள்கள்:

வெள்ளரிக்காய் - 1
கெட்டித் தயிர் - 1 கப்
உப்பு - தேவையான அளவு
தேங்காய் துருவல் - 2 ஸ்பூன்

செய்முறை:

❖ வெள்ளரிக்காயைத் தோல் சீவி, துருவிக்கொள்ளவும்.
❖ தயிரில் உப்பு சேர்த்து, வெள்ளரிக்காய்த் துருவல், தேங்காய்த் துருவல் கலந்து பரிமாறவும்.

106. வாழைத் தண்டு தயிர்ப் பச்சடி

தேவையான பொருள்கள்:

பிஞ்சு வாழைத் தண்டு - 1 (சிறியதாக)
கெட்டித் தயிர் - 1 கப்

பெரிய வெங்காயம் - 1

பச்சை மிளகாய் - 1

உப்பு - தேவையான அளவு

தேங்காய்த் துருவல் - 2 ஸ்பூன்

எண்ணெய் - 2 ஸ்பூன்

கடுகு - 1/2 ஸ்பூன்

பெருங்காயம் - 1/4 ஸ்பூன்

செய்முறை:

- ❖ வாழைத் தண்டை வட்டமாக நறுக்கி நார் எடுத்து, பின் சிறு சிறு துண்டுகளாக நறுக்கவும்.
- ❖ வெங்காயம், பச்சை மிளகாயைப் பொடியாக நறுக்கவும்.
- ❖ தயிரில் உப்பு, தேங்காய்த் துருவலைக் கலந்து வைக்கவும்.
- ❖ வாணலியில் எண்ணெஉ ஊற்றி கடுகு, பெருங்காயம் பொரிந்தவுடன் வாழைத் தண்டு, நறுக்கிய வெங்காயம், பச்சை மிளகாய் சேர்த்து வதக்கவும். தண்ணீர் சேர்க்க வேண்டாம்.
- ❖ மிதமான தீயில், வாழைத்தண்டு வேகும் வரை வதக்கி, ஆறியதும், தயிரில் கலந்து உபயோகிக்கவும்.

(குறிப்பு வாழைத் தண்டை நார் நீக்கி, நறுக்கி, மோர் கலந்த தண்ணீரில் போடவும். அப்பொழுதுதான் கருப்பாக மாறாமல் இருக்கும்.)

107. வெள்ளைப் பூசணி தயிர்ப் பச்சடி

தேவையான பொருள்கள்:

வெள்ளைப் பூசணி துருவல் - 1 கப்

கெட்டித் தயிர் - 2 கப்

பெரிய வெங்காயம் - 1

பச்சை மிளகாய் - 1

தேங்காய்த் துருவல் - 2 ஸ்பூன்

உப்பு - தேவையான அளவு

செய்முறை:

- ❖ பூசணியைத் தோல் சீவி துருவிக்கொள்ளவும்.
- ❖ தயிரில் உப்பு கலந்து வைக்கவும்.
- ❖ வெங்காயம், பச்சை மிளகாயைப் பொடியாக நறுக்கி, தண்ணீரில் அலசிப் பிழிந்து வைக்கவும்.

- வாணலியை அடுப்பில் காய வைத்து, பூசணித் துருவலைப் போட்டு தண்ணீர் வற்றும் வரை வதக்கி இறக்கவும்.
- வதக்கிய பூசணித் துருவல் ஆறியதும், தயிரில் பூசணித் துருவல், தேங்காய்த் துருவல், வெங்காயம், பச்சை மிளகாய் சேர்த்து நன்கு கலந்து பரிமாறவும்.

108. காராபூந்தி தயிர்ப் பச்சடி

தேவையான பொருள்கள்:

கெட்டித் தயிர் - 2 கப்

உப்பு - தேவையான அளவு

காராபூந்தி - 1/2 கப்

எண்ணெய் - 1 ஸ்பூன்

கடுகு - 1/2 ஸ்பூன்

கறிவேப்பிலை - சிறிது

செய்முறை:

- தயிரில் உப்பு கலந்து வைக்கவும்.
- எண்ணெயில் கடுகு, கறிவேப்பிலை தாளித்து தயிரில் சேர்க்கவும்.
- உபயோகிக்குமுன் காராபூந்தியைத் தயிரில் கலந்து பரிமாறவும்.

109. சுட்ட கத்தரிக்காய் பச்சடி

தேவையான பொருள்கள்:

பெரிய கத்தரிக்காய் - 1/4 கிலோ

சின்ன வெங்காயம் - 1 கப்

புளி - நெல்லிக்காய் அளவு

பச்சை மிளகாய் - 1

கறிவேப்பிலை - கொத்து

கடுகு - 1/4 ஸ்பூன்

உளுந்து - 1/4 ஸ்பூன்

காய்ந்த மிளகாய் - 2

உப்பு - தேவையான அளவு

எண்ணெய் - 50 கிராம்

செய்முறை:

- ❖ கத்தரிக்காயைத் தண்ணீரில் சுத்தம் செய்து, அடுப்பில் மிதமான தீயில் நன்கு வாட்டவும்.
- ❖ கத்தரிக்காய் வெந்து, தோல் கருகிய பிறகு தோலை நீக்கி, நன்கு மசித்து தனியே எடுத்து வைக்கவும்.
- ❖ புளியை ஊற வைத்துக் கரைக்கவும்.
- ❖ கறிவேப்பிலை, வெங்காயம், பச்சை மிளகாயை நறுக்கவும்.
- ❖ வாணலியில் எண்ணெய் விட்டுக் காய்ந்ததும் கடுகு, உளுந்து, காய்ந்த மிளகாய் போட்டு தாளிக்கவும். வெங்காயம், பச்சை மிளகாய் போட்டு நன்கு வதக்கவும். பின் மசித்த கத்தரிக்காயைக் கொட்டி தேவையான உப்பு, புளி கரைசலைச் சேர்த்து கொதிக்க விடவும்.
- ❖ ஒரு கொதி வந்ததும் இறக்கிப் பரிமாறவும். பிரியாணிக்கு ஏற்ற பிரமாதமான சைட் டிஷ் இது.

110. கத்தரிக்காய் பச்சடி

தேவையான பொருள்கள்:

பிஞ்சு கத்தரிக்காய் - 1/4 கிலோ
புளி - நெல்லிக்காய் அளவு
சின்ன வெங்காயம் - 1 கப்
தக்காளி - 1
மிளகு - 1/4 ஸ்பூன்
கடுகு - 1/4 ஸ்பூன்
உளுந்து - 1/4 ஸ்பூன்
கறிவேப்பிலை - 1 கொத்து
காய்ந்த மிளகாய் - 2
வெந்தயம் - 1/4 ஸ்பூன்
மிளகாய்த்தூள் - 1/2 ஸ்பூன்
மஞ்சள் தூள் - 1/4 ஸ்பூன்
எண்ணெய் - 50 கிராம்
உப்பு - தேவையான அளவு

செய்முறை:

- ❖ புளியை ஊற வைக்கவும்.
- ❖ கத்தரிகாயை நான்காக நறுக்கிக்கொள்ளவும்.

- ❖ சின்ன வெங்காயம், தக்காளியை நறுக்கவும்.
- ❖ வாணலியில் எண்ணெய் விட்டு, கடுகு, வெந்தயம், உளுந்து, காய்ந்த மிளகாய், மிளகு போட்டுத் தாளிக்கவும். வெங்காயம், கறிவேப்பிலை போட்டு நன்கு வதக்கவும். அடுத்து தக்காளி, கத்தரிக்காய் போட்டு நன்கு வதக்கவும்.
- ❖ எல்லாம் நன்கு வதங்கியதும் மஞ்சள், மிளகாய்த்தூள், உப்பு சேர்த்து வதக்கவும். புளியைக் கரைத்து ஊற்றவும்.
- ❖ கத்தரிக்காய் வெந்து, தண்ணீர் வற்றும்போது இறக்கவும்.
- ❖ பிரியாணியுடன் பரிமாறவும்.